गणितविश्वातील
अढळ तारा

श्रीनिवास रामानुजन

कीर्ती परचुरे

कनक बुक्स

कुमारवाङ्मय विभाग, डायमंड पब्लिकेशन्स, पुणे

श्रीनिवास रामानुजन
कीर्ती परचुरे

Shreenivas Ramanujan
Kirti Parchure
kirtiparchure248@yahoo.com

प्रथम आवृत्ती : एप्रिल २०१५

ISBN 978-81-8483-604-2

© डायमंड पब्लिकेशन्स

अक्षरजुळणी
अक्षरवेल, पुणे

मुखपृष्ठ : शाम भालेकर व रेश्मा बर्वे
आतील चित्रे : रेश्मा बर्वे

मुद्रक
रेप्रो नॉलेज कास्ट लिमिटेड, ठाणे

प्रकाशक
कनक बुक्स
कुमारवाङ्मय विभाग, डायमंड पब्लिकेशन्स
२६४/३ शनिवार पेठ, ३०२ अनुग्रह अपार्टमेंट
ओंकारेश्वर मंदिराजवळ, पुणे-४११ ०३०
☎ ०२०-२४४५२३८७, २४४६६६४२
info@diamondbookspune.com

ऑनलाईन पुस्तक खरेदीसाठी भेट द्या
www.diamondbookspune.com

रामानुजनच्या बागेतली बिजं वाऱ्यावर विखुरली आहेत आणि धरणीभर सगळीकडे रुजून आली आहेत.

–प्रख्यात शास्त्रज्ञ व गणिती फ्रीमन डायसन

(गणितविश्वात रामानुजनच्या वारशाने
आलेल्या चेतनेबद्दल बोलताना)

अनुक्रम

रामानुजनचा पुनर्जन्म

ती डिसेंबर महिन्याची दुपार होती. वर्ष १८८९. प्रत्येक डिसेंबर महिन्यात कुंबकोणममध्ये कडाक्याची थंडी पडायची; पण वातावरण प्रसन्न असायचं. १८८९मधला तो हिवाळा मात्र सगळ्या गावासाठी अशुभ ठरला होता. कोमलताम्मलसुद्धा खूप धास्तावलेली होती. एकीकडे तोंडाने भजनं म्हणत असतानाच मनातून देवाच्या नावाचा अखंड जप सुरू होता. जेमतेम दोनच महिन्यांपूर्वी तिचा धाकटा मुलगा सदगोपन देवाघरी गेला होता. तेव्हा तो फक्त तीन महिन्यांचा होता; आणि आता तिचा मोठा मुलगा, तिचा लाडका चिन्नास्वामी कडुनिंबाचा पाला घातलेल्या खाटेवर निपचित पडून होता. त्याला देवी झाल्या होत्या. त्यालाच नाही, तर कुंबकोणम आणि तंजावर जिल्ह्यातल्या कित्येक मुलांना देवी झाल्या होत्या. लसीकरण म्हणजे काय, हे तेव्हा कुणाला ठाऊक होतं! त्यामुळे देवीसारखे साथीचे आजार पटकन व्हायचे आणि ताप उतरावा म्हणून झाडपाल्यासारखे घरगुती उपाय केले जायचे. म्हणूनच कोमलताम्मलसुद्धा चिन्नास्वामीला हळदीचा लेप लावत होती. तो वाचावा म्हणून देवाचा धावा करत होती.

पण चिन्नास्वामीचा ताप काही केल्या उतरत नव्हता. ताप उतरावा म्हणून कोमलताम्मलचं दिवसभर कसले ना कसले लेप लावणं चालूच होतं; पण ताप वाढतच होता. सगळे उपाय करूनही

गुण येत नसल्याने तिचा धीर सुटत चालला होता; पण चमत्कार वाटावा अशाच तऱ्हेने अंगभर देवी होऊनही चिन्नास्वामी बरा झाला. त्या वर्षी आजूबाजूच्या गावांतली चार हजार लहान मुलं देवीमुळे गेली; पण चिन्नास्वामी मात्र वाचला. देवीच्या तडाख्यातून वाचलेला हाच चिन्नास्वामी म्हणजेच जगप्रसिद्ध गणिती रामानुजन!

एकाकी बालपण

कावेरी नदीच्या खळाळत्या प्रवाहाच्या काठावर इरोडे नावाचं गाव आहे. हे इरोडे तेव्हाचं मद्रास म्हणजेच आत्ताच्या चेन्नईच्या नैऋत्य दिशेला २५० मैलांवर आहे. तिथे कोमलताम्मलचं माहेर होतं. त्या काळच्या प्रथेनुसार तिचं लहानपणीच श्रीनिवास अय्यंगार या तरुणाशी लग्न झालं. त्यानंतर कुंबकोणम गावात राहणारी कोमलताम्मल ऑक्टोबर १८८७मध्ये पोटातल्या बाळाला सावरत परत तिच्या माहेरी आली. दोनच महिन्यांत, म्हणजे २२ डिसेंबर १८८७ला तिने एका मुलाला जन्म दिला. अकराव्या दिवशी बाळाचं नाव ठेवण्यात आलं, श्रीनिवास रामानुजन. कोमलताम्मल खूप श्रद्धाळू होती. देवावर तिचा प्रचंड विश्वास होता. म्हणूनच अकराव्या शतकात होऊन गेलेल्या संत रामानुजन यांच्या नावावरून तिने तिच्या मुलाचं नाव ठेवलं होतं. ती त्याला प्रेमाने 'चिन्नास्वामी' म्हणायची. रामानुजन एक वर्षाचा होईपर्यंत कोमलताम्मल माहेरीच होती. त्यानंतर दोघं परत कुंबकोणमला त्यांच्या घरी परतले.

कुंबकोणममध्ये सारंगपाणी सन्निधी नावाच्या रस्त्यावर त्यांचं अगदी लहानसं घर होतं; छोट्या कौलांनी आच्छादलेलं छप्पर, लाकडी खांबांचा टेकू दिलेली लहानशी पडवी आणि वाकून आत जावं लागेल असा दरवाजा. रामानुजनचे वडील एका साड्यांच्या

दुकानात कारकून म्हणून कामाला होते. त्यांचा पगार अगदी बेताचा होता. त्यामुळे त्यात घरखर्च कसाबसा भागायचा. म्हणून मग कोमलताम्मलसुद्धा काम करायची. तिचा आवाज चांगला होता. गावातल्या देवळात इतर बायकांसोबत ती भजनं गायची. सगळ्यांना एकत्र मिळालेल्या पैशांतले निम्मे पैसे देवळात द्यावे लागायचे आणि उरलेले सगळया बायकांमध्ये वाटले जायचे. यातून कोमालताम्मलच्या हाती फारसे पैसे लागत नसले, तरी तेवढाच खर्चाला हातभार लागायचा.

रामानुजन दीड वर्षांचा असताना कोमलताम्मलने आणखी एका मुलाला जन्म दिला. त्याचं नाव सदगोपन होतं. दुर्दैवाने तो तीनच महिन्यांत गेला. त्यानंतर दोन वर्षांनी रामानुजनला एक बहीण मिळाली; पण तीसुद्धा चार महिन्यांत गेली. पुढे अडीच वर्षांनंतर कोमलताम्मलने चौथ्या मुलाला जन्म दिला. त्याचं नाव शेषन होतं; पण वर्ष होण्याच्या आत तोसुद्धा देवाघरी गेला. भावंडांशी खेळण्याच्या वयात रामानुजनने एकापाठोपाठ एक तीन भावंडं गमावली. त्या वेळी रामानुजनही लहान असल्याने त्यांचं जाणं रामानुजनला समजण्याच्या पलीकडे होतं. त्यात घरातलं दु:खी वातावरण, ताण, आईचं रडणं यांमुळे तो जास्तच एकटा पडला आणि चिडचिडा झाला. तसंच रामानुजन कधी आजोळी, तर कधी वडलांच्या घरी असायचा. त्यामुळे आजूबाजूचं वातावरण सारखं बदलत असल्याने तो सैरभैर व्हायचा. तो कुठेच नीट रुळू शकत नव्हता. यातून हळूहळू तो खूप हट्टी झाला. आजोळी असताना त्याच्या आवडत्या देवळात गेल्यावरच तो

जेवायचा. कुंबकोणमला गेल्यावर त्याची अजून वेगळी तऱ्हा असायची. तो घरातली सगळी तांब्या-पितळेची भांडी गोळा करून एका भिंतीपासून दुसऱ्या भिंतीपर्यंत लावून ठेवायचा आणि पाहिजे ती गोष्ट मिळाली नाही, तर चक्क चिखलात जाऊन लोळायचा.

रामानुजननंतरचं एकही मूल न जगल्यामुळे कोमलताम्मलचं सगळं लक्ष रामानुजनवर व एकवटलं होतं. त्याच्या प्रत्येक गोष्टीवर तिची नजर असायची. रामानुजन तीन वर्षांचा होईपर्यंत बोलत नव्हता. अगदी क्वचित एखादं अक्षर उच्चारायचा. त्यामुळे 'आपला एकुलता एक मुलगा मुका तर नाही ना' अशी भीती तिला वाटायला लागली होती. वडील सारखे त्यांच्या कामात असायचे. त्यामुळे रामानुजनकडे लक्ष देणारी ती एकटीच होती. शेवटी तिने माहेरी जायचं ठरवलं. तेव्हा कोमलताम्मलचे वडील मद्रासजवळ कांचीपुरममध्ये राहत होते. त्यांनी रामानुजनला अक्षरं शिकवायचं ठरवलं. त्यासाठी 'अक्षर अभ्यासम' विधी करावा लागणार होता. लहान वयात अक्षरांची ओळख करून देण्यासाठी हा विधी केला जातो. एक दिवस कोमलताम्मलने भल्या पहाटे रामानुजनला तयार केलं. एका खोलीत जमिनीवर तांदळाचा जाड थर पसरला. रामानुजनच्या आजोबांनी त्याचं बोट धरून तांदळातच प्रत्येक अक्षर लिहायला सुरुवात केली. मोठ्याने म्हणत अक्षर लिहिण्याने रामानुजनच्या कानावर भाषेचे संस्कार व्हायला लागले. दररोज पहाटे उठून त्यांचा हा अभ्यास चालायचा. काही दिवसांतच अभ्यासाचे परिणाम दिसायला लागले. रामानुजन बोलायला लागला

आणि कोमलताम्मलला हायसं वाटलं.

हळूहळू रामानुजनने तमिळ भाषेची मुळाक्षरं शिकायला सुरुवात केली. पुढची दोन वर्षं कोमलताम्मल त्याला घरीच शिकवत होती. रामायण-महाभारतातल्या, विक्रमादित्याच्या गोष्टी सांगत होती. वेगवेगळे श्लोक, मंत्र शिकवत होती. आवाज चांगला असल्यामुळे ती स्वतः भजनं म्हणायची आणि रामानुजनलाही म्हणायला लावायची. 'देवाची गाणी सतत त्याच्या कानावर पडायला हवीत', असं तिला वाटायचं. तिला रामानुजनला आदर्श मुलगा बनवायचं होतं. म्हणून तिने त्याच्यासाठी कडक नियम तयार केले होते. रामानुजन पाच वर्षांचा झाल्यावर कोमलताम्मलने त्याला शाळेत घातलं. जुन्या काळी दक्षिण भारतात एखाद्या घराच्या पडवीतच शाळा भरायच्या. अशा शाळांना पाएल म्हणायचे. शाळेत शिक्षणाइतकाच संस्कारांवरही भर दिला जायचा. वेदपठण, श्लोक, मंत्रोच्चार शिकवले जायचे.

रामानुजनचे वडील दिवसातला बहुतेक वेळ कामालाच गेलेले असल्याने घरात कोमलताम्मल आणि रामानुजन दोघंच असायचे. त्या दोघांचं स्वतःचं असं एक जग तयार झालं होतं. दोघांना एकमेकांशिवाय अजिबात करमेनासं व्हायचं. रोज सकाळी उठल्यापासून कोमलताम्मल रामानुजनचं सगळं आवरायची. त्याच्या वेदपठणाकडे लक्ष द्यायची, त्याचा आवडता डाळ-भात आणि दही त्याला भरवायची आणि मग शाळेची तयारी करायची. त्याच्या कपाळावर नममसुद्धा (इंग्रजी अक्षर 'यू'च्या आकाराचं चिन्ह) तीच काढायची. निघताना रामानुजन तिच्या पाया पडायचा आणि

मग कोमलताम्मल त्याला शाळेत सोडायला जायची.

रामानुजन शाळेत जायला लागला, तरी एकटं राहण्याची त्याची सवय गेली नव्हती. इतरांमध्ये मिसळणं, इतर सांगतील ते करणं हे त्याच्या स्वभावातच बसत नव्हतं. तो नेहमी कसल्यातरी तंद्रीत असायचा. जणू तो फक्त स्वतःशीच बोलत असायचा. कुठलीही गोष्ट त्याला पाहिजे तेव्हाच करायचा. मनात नसेल, तर तो एक अक्षरसुद्धा बोलायचा नाही. त्याची बुद्धी मात्र खूप चौकस होती. तो इतरांशी काही बोलत नसला, कसली उत्तरं देत नसला, तरी त्याला सारखे कुठलेतरी प्रश्न पडलेले असायचे. 'पृथ्वीवरचा पहिला माणूस कोण होता?', 'दोन ढगांमध्ये किती अंतर असतं?' असे काहीतरी वेगळेच प्रश्न त्याला पडायचे.

रामानुजन मुळातच एकलकोंडा होता. घरात कुणी भावंडंही नव्हती. सारख्या शाळा बदलल्यामुळे कायम म्हणावेत असे मित्रही जोडले गेले नव्हते. कंगायन शाळेत जायला लागल्यावर त्याची इतरांशी हळूहळू ओळख व्हायला लागली; पण स्वभाव लाजरा असल्यामुळे तो तिथेही फारसा बोलत नव्हता. का कोण जाणे; पण आई-वडलांनीही त्याला कधी इतर मुलांमध्ये फारसं मिसळू दिलं नाही. मित्र बोलवायला आले, तरी ते कधी त्याला मित्रांसोबत पाठवत नव्हते. तो त्यांच्याशी घराच्या खिडकीतूनच बोलायचा. सारखं घरातच बसून हळूहळू मैदानी खेळांमधला त्याचा रसच निघून गेला. त्याच्या वयाची इतर मुलं बारीक आणि चपळ होती, तर खेळायची सवयच नसलेला रामानुजन मात्र खूप जाड झाला होता.

शाळा सुरू होऊन दोन वर्षं झाल्यावर कोमलताम्मल रामानुजनला घेऊन परत माहेरी, कांचीपुरमला राहायला गेली. तिथे तिने रामानुजनला तेलुगू शाळेत घातलं; पण आजोबांची नोकरी गेल्याने ते परत कुंबकोणमला आले. तिथल्या शाळेत रामानुजन रुळतो ना रुळतो तोच कुंबकोणमचे आजोबा वारल्याने कोमलताम्मलने त्याला परत माहेरी पाठवलं. एव्हाना तिचे आई-वडील मद्रासला राहायला गेले होते. सारख्या शाळा बदलल्यामुळे रामानुजन शाळेलाच कंटाळला होता. त्यामुळे काहीतरी कारण

काढून तो शाळेत जाणं टाळायला लागला. शेवटी, सहा महिन्यांतच तो परत आईजवळ कुंबकोणमला आला.

कुंबकोणमला परत आल्यावर कोमलताम्मलने त्याला आधीच्याच कंगायन प्रायमरी शाळेत घातलं. त्यानंतर मात्र त्याच्या शाळा बदलणं थांबलं. चौथी संपेपर्यंत तो त्याच शाळेत होता. हळूहळू रामानुजनला शाळेची, अभ्यासाची गोडी लागली. दहा वर्षांचा होईपर्यंत त्याचं सगळं प्राथमिक शिक्षण पूर्ण झालं. इंग्रजी, तमिळ आणि गणितात त्याला चांगले मार्क्स मिळाले. तो सगळ्या जिल्ह्यात पहिला आला. कोमलताम्मलला आकाश ठेंगणं झालं. तिने पुढच्या शिक्षणासाठी रामानुजनला टाउन हाय नावाच्या इंग्रजी माध्यमाच्या शाळेत घातलं.

शाळेने दिला आत्मविश्वास

टाउन हाय शाळेचे मुख्याध्यापक एस. कृष्णस्वामी अय्यर येण्याची वेळ झाली की, सगळीकडे शांतता पसरायची. मुलंच काय, पण शाळेबाहेरच्या झाडाचंही पान हलायचं नाही, इतकी त्यांची शिस्त कडक होती. शाळेच्या लांबसडक व्हरांड्यामधून एका हातात काठी घेऊन ते भरभर चालत यायला लागले की, संपूर्ण शाळेत टाचणी पडली तरी आवाज होईल, इतकी शांतता पसरायची. सगळे त्यांना खूप घाबरायचे. कृष्णस्वामी तब्बल २२ वर्षं टाउन हायचे मुख्याध्यापक होते. शिक्षकांनाही त्यांचा दरारा वाटायचा. 'सगळं व्यवस्थित चाललंय ना?', हे पाहण्यासाठी ते वर्गांमधून फेऱ्या मारायचे, तेव्हा त्यांच्या हातातल्या काठीच्या टकटक आवाजानेच सगळी शाळा सावध व्हायची. ते मध्येच एखाद्या वर्गात शिरून 'काय शिकवलं जातंय', याचा अंदाज घ्यायचे, मुलांना प्रश्न विचारायचे आणि पुढचा धडा स्वतःच शिकवायचे. त्यांचं शिकवणं इतकं उत्कृष्ट होतं की, ते लक्षात ठेवण्यासाठी वर्गात लक्ष देण्याखेरीज मुलांना वेगळं काही करावं लागत नव्हतं.

टाउन हाय शाळा १८६४मध्ये बांधलेली होती. वर्षानुवर्षं ती इमारत तशीच्या तशीच होती. लाल रंगाची कौलं आणि पामच्या झाडाच्या झावळ्यांनी ती शाकारलेली होती. शाळेचे सगळे वर्ग

एकमेकांसमोर बांधलेले होते. प्रत्येक वर्गाला असलेल्या मोठ्या खिडक्यांतून हवा छान खेळती राहायची. ही शाळा छोट्याशा कुंबकोणमचं भूषण होती; कारण गावातल्या मुलांना बाहेरच्या जगाशी जोडणारा तो एकमेव धागा होता. टाउन हाय रामानुजनच्या घरापासून हाकेच्या अंतरावर होती. शाळेत गेल्यानंतरच रामानुजनची गणिताशी खऱ्या अर्थाने ओळख झाली.

टाउन हायच्या कडक शिस्तीमुळे रामानुजन सुरुवातीला खूप बुजला होता. आधीच त्याला मित्र जोडण्याची, इतर मुलांशी खेळण्याची सवय नव्हती. तो कायम फक्त अभ्यासच करत असायचा. त्यामुळे वर्गातली बाकीची मुलंही त्याच्याशी कधी बोलायला जात नव्हती. म्हणून इथेही तो एकटा पडायला वेळ लागणार नव्हता; पण एका प्रसंगामुळे सगळंच बदललं. त्या दिवशी नेहमीप्रमाणे गणिताचा तास सुरू होता. सर भागाकार शिकवत होते. कुठल्याही संख्येला त्याच संख्येने भागलं की, उत्तर एक येतं, असं त्यांचं म्हणणं होतं. उदाहरण देत, ते त्यांचा मुद्दा समजावून देत होते. ''तीन फळं तीन जणांमध्ये वाटली, तर प्रत्येकाला एक फळ मिळतं. म्हणजेच, एखाद्या संख्येला त्याच संख्येने भागलं, तर उत्तर एक येतं.'' ते पुढे म्हणाले, ''हजार फळं हजार जणांना वाटली, तरी प्रत्येकाला एकच फळ मिळेल. म्हणजेच उत्तर एक.''

तास सुरू झाल्यापासून रामानुजन चुळबुळत होता. सर जे सांगत होते, त्यात काहीतरी चुकत असल्याचं त्याला सारखं वाटत होतं. शेवटी त्यांचं बोलणं संपल्यावर रामानुजन उठला आणि त्याने विचारलं, ''शून्याला शून्याने भागलं, तरी उत्तर एक येतं का?''

त्याच्या या प्रश्नाने वर्गात सगळीकडे शांतता पसरली. सरही विचारात पडले.

रामानुजन पुढे म्हणाला, ''कुठलंच फळं कुणामध्येच वाटलं नाही, तरी उत्तर एक येणार का?''

मग मुलंही एकमेकांत कुजबुजायला लागली. एरवी एकलकोंडा असणारा आणि बावळट वाटणारा हा मुलगा हुशार असल्याचं त्यांच्या लक्षात आलं. त्या एका प्रसंगाने वर्गातल्या सगळ्या मुलांचा रामानुजनकडे पाहण्याचा दृष्टिकोन बदलला.

या प्रसंगानंतर शाळेत सगळेच त्याला ओळखायला लागले. शांत, लाजाळू रामानुजन सरांना गप्प करण्याइतपत हुशार असेल, याची कुणीच कल्पना केली नव्हती. त्यामुळे सगळ्या मुलांना तो भारी वाटायला लागला. मुलं त्याच्याकडे गणितातल्या शंका घेऊन यायला लागली. शिक्षकही त्याला ओळखायला लागले. काही वेळा तेही शाळेच्या कामात रामानुजनच्या हुशारीची मदत करून घ्यायला लागले. गणपथी सुब्बीयर नावाचे गणिताचे बरेच जुने शिक्षक होते. शाळेत येणाऱ्या मुलांचं वेळापत्रक ठरवणं, शिक्षकांना त्यांचे तास वाटून देणं असं आकडेमोडीचं किचकट काम त्यांच्याकडे असायचं. रामानुजनची गणितातली गती पाहून त्यांनी हे काम त्यालाच देऊन टाकलं. मग रामानुजनच शाळेत येणारी बाराशे मुलं तीन डझन शिक्षकांना वाटून द्यायला लागला. प्रत्येक विषय, काही विद्यार्थ्यांच्या खास शिकवण्या, शाळेच्या सुट्ट्या अशा सगळ्या गोष्टींचा विचार करून तो हे वेळापत्रक ठरवायचा. शाळेत असेपर्यंत दर वर्षी रामानुजन वेळापत्रक आखून देत होता. एकीकडे असं

असताना दुसरीकडे काही शिक्षक मात्र रामानुजनपासून दोन हात दूरच राहायचे. त्याच्या हुशारीपुढे स्वत:ची फजिती होण्याची त्यांना भीती वाटायची. त्याचं बोलणं त्यांना मुळीच समजत नसे. पहिल्या एक-दोन वर्षांनंतर जवळपास सगळेच शिक्षक आणि बरीचशी मुलंही त्याच्यापासून दूर राहायला लागली. शाळा संपेपर्यंत हे प्रमाण आणखी वाढलं.

शाळेतल्या त्या पाच वर्षांत रामानुजनने खूप प्रसिद्धी मिळवली आणि भरपूर मार्क्सही मिळवले! त्याने जवळपास सगळ्या विषयांमधली सर्टिफिकेट्स पटकवली. स्कॉलरशिपचं बक्षीस म्हणून त्याला इंग्रजी कवितांचे बरेच खंड मिळाले. त्या वर्षी निकाल लागल्यानंतर फक्त रामानुजन आणि त्याने मिळवलेल्या मार्क्सचीच चर्चा होती. तोपर्यंत शाळेच्या इतिहासात इतके मार्क्स कुणीच मिळवले नव्हते. १९०४ साली शाळेने रामानुजनचा सत्कार केला. त्या वेळी मुख्याध्यापक कृष्णस्वामी अय्यर सरांनी सगळ्यांसमोर रामानुजनची तोंडभरून स्तुती केली. त्यांनी जाहीरपणे सांगितलं, "माफ करा; पण या मुलाला शंभरपेक्षा जास्त मार्क्स कसे देणार?" त्याच्या हुशारीचं कौतुक करताना अय्यर सरांना शब्द अपुरे पडत होते. रामानुजनच्या बुद्धीचा योग्य सन्मान करण्यासाठी त्यांनी त्याला प्रतिष्ठेचा के. रंगनाथ राव हा पुरस्कार दिला.

टाउन हायच्या त्या दिवसांत रामानुजनचं आयुष्य बरंच सावरलं. लहानपणी झालेली शाळांची धरसोड, भावंडांचं पाठोपाठ जाणं, आईभोवतीच गुरफटलेलं आयुष्य, मित्र नसणं अशा सगळ्या विचित्र परिस्थितीत सापडलेल्या रामानुजनला त्याच्या शाळेने उभारी दिली;

आत्मविश्वास दिला. त्याला त्याच्या अलौकिक प्रतिभेची जाणीव करून दिली... मुख्य म्हणजे गणिताशी ओळख करून दिली. कोमलताम्मलही त्याच्या यशामुळे अतिशय आनंदात होती. भरपूर मार्क्स, प्रतिष्ठेची स्कॉलरशिप, नवी स्वप्नं, नव्या आशा घेऊन तो या शाळेतून बाहेर पडला. आता त्याला खूपकाही करायचं होतं. काय ते नेमकं कळत नसलं, तरी त्याच्या आवडीच्या गणितातच काहीतरी करावं, असं त्याच्या डोक्यात घोळत होतं; पण त्याच्या या नव्या उभारीला, स्वस्थतेला त्याच्या आवडत्या विषयामुळे लवकरच ग्रहण लागणार होतं.

गणित गणित गणित

शाळेत असताना रामानुजनला सगळेच विषय आवडत असले, तरी गणितावर त्याचं विशेष प्रेम होतं. शाळेत आणि घरी गेल्यावरही तो फक्त गणिताचा अभ्यास करत बसायचा. बऱ्याच वेळा तो एकटाच घराच्या कौलांवर बसून गणिताचा विचार करत राहायचा. त्याला गणिताबद्दल खूप प्रश्न पडायचे. आता विश्वास बसणार नाही, पण 'गणिततलं अंतिम सत्य काय?' हा प्रश्न त्याला शाळेत असतानाच पडला होता. शाळेत असताना इतर मुलांच्या मानाने गणितात तो फारच पुढे गेलेला होता; आणि कोमलताम्मलला त्याच्या हुशारीचं कौतुक असलं, तरी गणिततली त्याची असामान्य बुद्धी हेरणं तिच्या आणि त्या काळाच्याही पलीकडची गोष्ट होती.

घरची परिस्थिती बेताची असल्यामुळे कोमलताम्मलने जवळच्याच सरकारी कॉलेजमध्ये शिकणाऱ्या दोन मुलांना घरी राहायला जागा दिली होती. दोघं इंजिनीअरिंगचे विद्यार्थी होते. ते अभ्यास करत असताना रामानुजनही आजूबाजूला घुटमळत असे. त्याला अर्थातच त्यांची गणिताची पुस्तकं पाहायला आवडायचं. रामानुजनचं कुतूहल पाहून त्यांनीही त्यांची पुस्तकं त्याला वाचायला दिली. त्यातलं एक पुस्तक रामानुजनने काही दिवसांतच वाचून संपवलं. रामानुजनने ते वाचलं असेल आणि त्याला त्यातलं काही कळलं असेल, यावर त्या मुलांचा विश्वास बसत नव्हता. म्हणून

त्यांनी रामानुजनची परीक्षा पाहायचं ठरवलं आणि त्यातली काही गणितं त्याला घातली. बेरीज-वजाबाकी करावी, तशी त्याने ती गणितं काही मिनिटांत सोडवली. शाळेत जाणाऱ्या मुलाला इंजिनीअरिंगची गणितं सोडवता यावीत, याचं त्यांना फारच आश्चर्य वाटलं. मग त्यांनीही रामानुजनला त्यांना माहीत असलेली आणखी गणितं शिकवली. त्यातून रामानुजनची गणिताबद्दलची उत्सुकता अजूनच वाढली. त्यांच्याकडून रोज काहीतरी नवीन शिकायला मिळायला लागल्यामुळे रामानुजन खूश होता. काही दिवसांतच रामानुजनची त्यांच्याकडे असलेल्या बाकीच्या पुस्तकांतली गणितंही सोडवून झाली. नवीन नवीन गणितं सोडवण्याचा रामानुजनला जणू छंदच लागला होता. मग तो त्या मुलांना कॉलेजच्या ग्रंथालयातून आणखी पुस्तकं आणण्याचा आग्रह करायला लागला. रामानुजनच्या समाधानासाठी त्यांनीही पुस्तकं आणून दिली. त्यातलंच एक पुस्तक होतं, एस. एल. लोनी यांनी लिहिलेलं 'ट्रिगॉनॉमेट्री'.

ट्रिगॉनॉमेट्रीमुळे रामानुजनला नवा विषय मिळाला. इतके दिवस तो फक्त आकडेमोड असलेली गणितं सोडवत होता. ट्रिगॉनॉमेट्रीमध्ये त्रिकोणमितीची प्रमेयं दिलेली होती. रामानुजनला त्रिकोणमितीतलं काहीच येत नव्हतं. त्रिकोणाच्या बाजू, त्यांचं एकमेकींशी असलेलं गुणोत्तर, दोन बाजूंवरून एका बाजूची लांबी काढणं हे अजून त्याला शाळेतही शिकवलेलं नव्हतं; मात्र हे पुस्तक हातात येताच रामानुजन झपाटून गेला. जणूकाही सगळं याआधीच शिकल्याप्रमाणे तो ती प्रमेयं सोडवायला लागला. क्युबिक इक्वेशन्स, पाय अशा माहीत नसलेल्या संकल्पना त्याने शाळेतल्या एका मोठ्या मुलाकडून शिकून

घेतल्या. मग ते पुस्तक त्याला अजूनच सोपं वाटायला लागलं.

रामानुजनचा गणितातला गुरू असा कुणीच नव्हता. त्याची बुद्धी इतकी असामान्य होती की त्याला कुणाकडून वेगळ्याने काही शिकावं लागलं नाही. गणितात तो कायमच त्याच्या वयाच्या खूपच पुढचं शिकत गेला. वयाच्या तेराव्या वर्षीच लोनीचं 'ट्रिगॉनॉमेट्री' हे पुस्तक त्याला संपूर्ण समजलं होतं, यावरूनच काय ते लक्षात यावं.

रामानुजनला आता गणिताचा ध्यास लागला होता. जितकं शक्य होईल, तितकं गणित त्याला शिकायचं होतं. इंजिनीअरिंगचीही पुस्तकं सोडवल्यावर शाळेत त्याच्या मानाने नवं शिकण्यासारखं काही उरलेलं नव्हतं. ग्रंथालयातली पुस्तकं पाठ झाली होती. नवीन काही शिकायला मिळत नसल्यामुळे रामानुजन अस्वस्थ होता. तितक्यात त्याच्या पेइंग गेस्ट मित्रांनी आणलेलं एक पुस्तक वाचायचं राहिलं असल्याचं त्याला आठवलं. घरातले सगळे कोपरे, सगळं सामान धुंडाळून रामानुजनने ते पुस्तक शोधून काढलं. त्या पुस्तकाचं नाव होतं, 'अ सिनॉप्सिस ऑफ एलिमेंटरी रिझल्ट्स इन प्युअर अप्लाइड मॅथमॅटिक्स.' आत काय असेल, याचा नावावरून काहीच अंदाज लागत नव्हता. रामानुजनने ते पुस्तक उघडलं आणि तो अवाक झाला. त्या पुस्तकात तब्बल ६१६५ समीकरणं दिली होती! अचानक एखाद्या खजिन्याच्या गुहेचा दरवाजा उघडला जावा, तसं रामानुजनला झालं. 'एखादंच नवं समीकरण मिळालं तरी चालेल', असं वाटत असतानाच हजारो समीकरणं रामानुजनच्या हातात आली होती. तो त्या पुस्तकात अक्षरशः हरवून गेला. दिवस-

रात्र फक्त ती समीकरणं सोडवण्यातच मग्न झाला. त्या पुस्तकात सगळ्या प्रकारची समीकरणं होती. बीजगणित, भूमिती, त्रिकोणमिती... शिवाय बरीचशी समीकरणं थोडक्यात सोडवलेली होती. ती पूर्णपणे सोडवण्याचं नवं आव्हान त्याला मिळालं होतं. तोपर्यंत शाळेतून मिळालेलं किंवा त्याच्याकडे असलेलं गणिताचं ज्ञान समीकरणं सोडवण्यासाठी अपुरं होतं. म्हणून त्याने मॅजिक स्क्वेअरसारख्या माहीत नसलेल्या गणिती संकल्पना शिकायला सुरुवात केली.

पुस्तक मिळाल्यापासून रामानुजनला दुसरं काही सुचत नव्हतं. तो फक्त झपाटल्यासारखा त्यात दिलेली गणितंच सोडवत होता; पण खरोखरच झपाटून जावं असं, त्या पुस्तकात काय होतं? ते खरंच इतकं अद्भुत होतं का? ते पुस्तक जॉर्ज शूब्रिज कार यांनी लिहिलं होतं. जॉर्ज एकोणिसाव्या शतकातले एक चांगले गणिती होते, पण तरी ते खूप हुशार गणितींपैकी नव्हते. ते बरीच वर्षं लंडनमध्ये गणिताचे क्लास घेत असत. क्लासमध्ये शिकवण्यासाठी काढलेल्या टिपांचा सारांश एकत्रित करून त्यांनी ते पुस्तक तयार केलं होतं. खरंतर त्या पुस्तकात बऱ्याच उणिवा होत्या. म्हणजे बरीचशी समीकरणं सोडवण्याची पद्धत दिलेली नव्हती. एखादं अवघड गणित कसं सोडवलं, याचा खुलासा करणं, हीच त्या काळी चांगल्या गणितीची ओळख मानली जायची. जॉर्जच्या पुस्तकात मात्र कित्येक ठिकाणी गणित सोडवतानाच्या पायऱ्या दिलेल्या नव्हत्या. म्हणजेच हे पुस्तक एवढं खास नव्हतं. मग तरी रामानुजनने इतकं झपाटून जाण्याचं कारण काय होतं? कारण

कदाचित त्या वेळी त्याच्या बुद्धीला आव्हान देणारं काहीतरी त्याला हवं होतं. 'सतत नवं काहीतरी शिकावं' असं त्याला मनापासून वाटत होतं. मात्र त्या छोट्या गावात रामानुजनच्या हुशारीला तितका वाव मिळत नव्हता. त्याच्या हुशारीला जी दिशा हवी होती, ती जॉर्जच्या पुस्तकाने त्याला दाखवली. जॉर्जच्या पुस्तकातलं प्रत्येक समीकरण, प्रत्येक प्रमेय रामानुजनसाठी एखाद्या संशोधनाच्या प्रकल्पासारखं होतं. तो ती समीकरणं मन लावून सोडवायचा. तसं पाहायला गेलं, तर तेव्हा त्याला कुणाकडून मार्गदर्शन किंवा माहिती मिळत नव्हती. तरीही तो जिद्दीने ती समीकरणं सोडवत गेला. एक प्रकारे रामानुजनला त्याच्या क्षमतांची जाणीव करून देण्याचं काम या पुस्तकाने केलं. ती समीकरणं सोडवत असतानाच त्याला स्वतःची शैलीही गवसत गेली. त्यामुळे रामानुजनने जवळपास सगळी प्रमेयं थोडक्यातच लिहिलेली आहेत. मधल्या पायऱ्या त्याच्या डोक्यात असायच्या; ज्या इतरांना कधीच कळायच्या नाहीत.

त्या पुस्तकामुळे रामानुजन अरिथमॅटिक आणि जिओमेट्रिक सीरिजवर काम करायला लागला. अरिथमॅटिक सीरिज म्हणजे सारखा फरक असणाऱ्या संख्या. उदा. २, ४, ६, ८, १० किंवा ११, २१, ३१, ४१, ५१ इत्यादी. जिओमेट्रिक सीरिजमधल्या संख्या सारख्याच पटीत असतात. त्यानंतर रामानुजन पंधरा वर्षांचा होईपर्यंत क्युबिक इक्वेशन्स आणि क्वारटिक सोल्यूशन्स सोडवणंही त्याला जमायला लागलं. क्युबिक इक्वेशन्स म्हणजे, ज्या समीकरणात चलाचा घातांक ३ असतो, अशी समीकरणं. अशा समीकरणांमध्ये चलाची किंमत काढायची असते. चल म्हणजे X, Y किंवा A, B

अशी शोधक संख्येसाठी समीकरणात वापरली जाणारी अक्षरं. क्वारटिक सोल्यूशन्समध्ये याच चलाचा घातांक ४ असतो. सोळा वर्षांचा होईपर्यंत रामानुजनने गणितात संशोधन करायला सुरुवात केली होती. समा सीरिज (1 / n) आणि युलरच्या कॉन्स्टंटपासून १५ डेसिमल जागांपर्यंतचं संशोधन तो करायला लागला होता. त्याने बर्नोली नंबर्सचाही शोध लावला. मात्र तो शोध त्यापूर्वीच लावला गेला असल्याचं त्याला तेव्हा माहीत नव्हतं.

रामानुजनही नापास होतो तेव्हा

त्या दिवशी सरकारी कॉलेजमध्ये एकाच नावाची चर्चा होती - श्रीनिवास रामानुजन अय्यंगार. टाउन हाय सेकंडरी शाळेतून गणितात सगळ्यात जास्त मार्क्स आणि के. रंगराथ राव स्कॉलरशिप मिळवलेला मुलगा म्हणून रामानुजन प्रसिद्ध झाला होता. सरकारी कॉलेजमध्येही त्याला वेगळाच मान होता. आदर्श विद्यार्थी रामानुजन आता कॉलेजमध्येही भरपूर मार्क्स मिळवणार, हे सगळ्यांनी गृहीत धरलं होतं.

त्याचं कॉलेज कुंबकोणमपासून पंधरा-वीस मिनिटांच्या अंतरावर होतं. कॉलेजचा रस्ता टाउन हाय शाळेवरूनच जात होता. कावेरी नदीच्या पलीकडच्या काठावर, गावाच्या टोकाला कॉलेज होतं. त्या वेळी नदीवर पूलही नव्हता. इकडून तिकडे जाण्यासाठी फक्त एक बोट होती. उन्हाळ्यात पाणी आटल्यावर मुलं नदीच्या पात्रातून चालत किंवा कधीकधी पोहतसुद्धा जायची. टाउन हाय शाळेप्रमाणेच हे कॉलेजसुद्धा कुंबकोणमचं भूषण होतं. सगळे त्याला 'दक्षिण भारताचं केंब्रिज' म्हणायचे. या कॉलेजच्या पदवीला संपूर्ण दक्षिण भारतात प्रतिष्ठा होती.

कॉलेजचा सगळा परिसर अतिशय निसर्गरम्य आणि शांत होता. अभ्यासासाठी मन एकाग्र करायला ती जागा एकदम आदर्श होती, पण रामानुजनचे कॉलेजमधले दिवस मात्र अपेक्षेपेक्षा वेगळेच

निघाले. तिथे त्याच्या हाती फक्त अपयशच आलं. कॉलेजमध्ये जाईपर्यंत रामानुजन गणिताबरोबर इतर विषयांचाही व्यवस्थित अभ्यास करत होता. शाळा संपताना हातात पडलेल्या जॉर्ज कारच्या पुस्तकाने मात्र त्याच्या आयुष्यात उलथापालथ झाली. गणिताशिवाय इतर कशातही त्याला रस उरला नाही. इतर विषयांचा अभ्यास करण्याची त्याची इच्छाच नाहीशी झाली. कॉलेजमध्ये तासांना बसल्यानंतरही त्याच्या डोक्यात गणितच सुरू असायचं. त्याच्या कॉलेजमध्ये एन. हरी. राव नावाचे प्राध्यापक सांगतात, ''वर्गात रोमन इतिहास शिकवला जात असायचा आणि रामानुजन गणितातली सूत्रं तयार करत असायचा. आजूबाजूला काय चाललंय, याचं त्याला भानच नसायचं. वर्गात कुठला धडा शिकवला जातोय, हेसुद्धा त्याला माहीत नसायचं. फक्त गणिताच्या तासाला तेवढा तो वर्गात लक्ष द्यायचा.'' रामानुजनने त्याच्या या सरांनाही मॅजिक स्क्वेअर तयार करायला शिकवले. त्याने 'टिक टॅक टो'च्या रकान्यात असे आकडे भरून दाखवले, ज्यांची बेरीज कुठल्याही दिशेने केली, तरी सारखीच येत होती. तो सतत अल्जिब्रा, ट्रिगॉनॉमेट्री, कॅल्क्युलस यांतली गणितं सोडवत असायचा. प्राइम नंबर्सची वेगवेगळ्या पद्धतीने आकडेमोड करत राहायचा. नवी समीकरणं, नवी माहिती

शिकण्यासाठी त्याने ग्रंथालयातली परदेशी भाषांतली पुस्तकंही वाचून काढली होती.

रामानुजन गणितात कितीही हुशार असला, तरी त्याचं बाकी विषयांकडे होणारं दुर्लक्ष कॉलेजला पटण्यासारखं नव्हतं. त्याच्या गणितप्रेमाला प्रोत्साहन देणाऱ्या शिक्षकांनाही ते पटत नव्हतं. गणिताचे शिक्षक प्रो. पी. व्ही. सेशू अय्यर त्यांपैकीच एक होते. ते त्याला वर्गात कधीकधी हवं ते करण्याची, म्हणजेच पाहिजे ती गणितं सोडवण्याची मुभा द्यायचे. कधीकधी 'लंडन मॅथमॅटिकल गॅजेट'सारखं पुस्तक देऊन त्यातली गणितं सोडवायला सांगायचे. एकदा रामानुजनने त्यांना त्याने तयार केलेली समीकरणं, प्रमेयं दाखवली. ती पाहिल्यावर अय्यर सर थक्क झाले. रामानुजनने इतर विषयांकडे दुर्लक्ष करण्याबद्दल बहुतेक शिक्षक त्याला मागून नावं ठेवायचे. शिक्षकांचा रामानुजनवरचा रोष हळूहळू वाढत होता. इंग्रजी भाषा, ग्रीक आणि रोमचा इतिहास अशा विषयांकडे तो पूर्ण दुर्लक्ष करत होता. जॉर्ज कारचं पुस्तक वाचल्यापासून 'आपण फक्त गणिताचाच अभ्यास करायचा' हे जणू रामानुजनच्या मनाने ठरवून टाकलं होतं. परीक्षेत पास होण्यापुरतासुद्धा इतर विषयांचा अभ्यास त्याला करावासा वाटत नव्हता. याचे परिणाम अर्थातच चांगले होणार नव्हते. रामानुजनचं हे वागणं कॉलेजने खूप गंभीरपणे घेतलं. त्याची गणितातली हुशारी पाहून त्याला सवलत द्यावी की नियमांवर ठाम राहावं याबद्दल कॉलेजच्या शिक्षकांचं एकमत होत नव्हतं, पण ते व्हायला फार वेळ लागला नाही, कारण रामानुजन 'इंग्लिश कॉम्पोशिझन' या विषयात नापास झाला होता. स्कॉलरशिप

मिळालेला मुलगा नापास होणं, हे कॉलेजला अजिबात मान्य होण्यासारखं नव्हतं. रामानुजन गणितात खूप हुशार असला, तरी गणित सोडून इतर विषयांची बिलकूलच आवड नसणं आणि केवळ एकाच एका विषयात गती असणं, ही त्या काळाचा विचार करता काळापुढची गोष्ट होती. शेवटी कॉलेजने त्याची स्कॉलरशिप काढून घेण्याचं ठरवलं.

रामानुजनसाठी हा फार मोठा धक्का होता. तो गोंधळून गेला. पुढे काय करावं, हे त्याला सुचेना. स्कॉलरशिप गेल्यामुळे त्याची बदनामी होणार होतीच, पण त्याहीपेक्षा त्यातून शिक्षणासाठी मिळणारे पैसे बंद होणार होते. शेवटी कोमलताम्मलने मध्यस्थी करायचं ठरवलं. ती कॉलेजच्या प्राचार्यांना भेटली. रामानुजनचे मार्क्स, त्याची बुद्धिमत्ता यांबद्दल सांगून तिने त्यांचं मन वळवण्याचा आटोकाट प्रयत्न केला. त्याला आणखी एक संधी देण्याची पुन्हापुन्हा विनंती केली; पण प्राचार्य त्यांच्या मुद्द्यावर ठाम होते. स्कॉलरशिप काढून घेण्याचा त्यांचा निर्णय अंतिम होता.

रामानुजन तसा हळवा असल्याने स्कॉलरशिप गेली म्हटल्यावर तो हादरला. त्याच्यासाठी ती स्कॉलरशिप म्हणजे, शिक्षण सुरू ठेवण्याचा एकमेव मार्ग होता. साहजिकच ती रक्कम रामानुजनसाठी खूप मोलाची आणि गरजेची होती. स्कॉलरशिप नसली, तरी तो कॉलेजच्या तासांना हजेरी लावत राहिला. त्यामुळे किमान त्याला कॉलेजमध्ये हजर असल्याचं सर्टिफिकेट मिळणार होतं. 'आपण कॉलेजमध्ये जात राहिलो, तर स्कॉलरशिपबद्दलचा निर्णय मागे घेतला जाईल', अशी अंधूक आशा कदाचित त्याला वाटत

असावी. शिक्षण घेत राहणं आणि त्यातही गणिताचं ज्ञान मिळवणं, याच्याइतकं रामानुजनसाठी काहीच महत्त्वाचं नव्हतं. पैशांशिवाय शिक्षण थांबणार, या भीतीने तो फार अस्वस्थ झाला होता. आश्चर्याची गोष्ट म्हणजे, एवढं होऊनही गणिताच्या बरोबरीने इतर विषयांचा अभ्यास करण्याची त्याची अजिबात तयारी नव्हती.

स्कॉलरशिप काढून घेतल्यामुळे झालेला अपमान, तरीही कॉलेजमध्ये जात राहिल्यामुळे झालेली मानहानी, अपेक्षाभंग, शिक्षण थांबण्याची भीती या सगळ्याचा रामानुजनच्या मनावर फार ताण आला आणि त्यातूनच त्याने एक फार अनपेक्षित निर्णय घेतला... रामानुजन घरातून पळून गेला!

अडचणींच्या प्रवासाची सुरुवात

रामानुजनने अर्धवट डोळे उघडले, तेव्हा 'आपण कुठे आहोत?' हे त्याला क्षणभर समजेना. समोरच्या खिडकीतून बाहेरची झाडं पळताना दिसत होती. नजरेसमोर असलेली शेतं क्षणात दूरवर जात होती. भानावर यायला त्याला काही सेकंद लागले. मग मात्र घरात कुणालाही न सांगता तो विशाखापट्टणमला जाणाऱ्या रेल्वेमध्ये बसला असल्याचं त्याच्या लक्षात आलं.

रामानुजन खूप हळवा, संवेदनशील होता. लहानपणीसुद्धा तो काही वेळा पळून गेला होता. १८९७मध्ये टाउन हाय शाळेत प्राथमिकमध्ये शिकत असताना बीजगणितात त्याला ४५ पैकी ४२ मार्क्स पडले आणि त्याच्या मित्राला, के. सारंगपाणी अय्यरला त्याच्यापेक्षा एकच मार्क जास्त म्हणजे ४३ मार्क्स पडले. तेवढ्याने रामानुजनचा संताप अनावर झाला. त्याने सारंगपाणीशी बोलणंच सोडून दिलं. सारंगपाणीला काही समजेना. त्याने रामानुजनची समजूत घालण्याचा प्रयत्न केला. बाकीच्या विषयांत रामानुजनला त्याच्यापेक्षा जास्त मार्क्स पडल्याचं लक्षात आणून दिलं. तरी रामानुजन त्याचा राग सोडायला तयार नव्हता.

माध्यमिकमध्ये असताना रामानुजनने त्रिकोणमितीय गुणोत्तरांशी निगडित एक महत्त्वाचा अभ्यास केला. तोपर्यंत त्रिकोणमितीय गुणोत्तरं फक्त काटकोन त्रिकोणांच्या संदर्भातच वापरली जात होती. मात्र त्यांचा वापर फक्त काटकोन त्रिकोणापर्यंतच मर्यादित न ठेवता

सर्व कोनांची गुणोत्तरं त्यांच्या वापराने काढता यावीत, या दृष्टीने रामानुजनने या गुणोत्तरांचा अभ्यास केला. तो शोध जबरदस्तच होता; पण लेओनर्ड युलर या स्विस गणितीने १० वर्षांपूर्वीच हा शोध लावल्याचं नंतर त्याच्या लक्षात आलं. हे कळल्यावर रामानुजनला प्रचंड निराशा आली आणि शोध लावताना केलेल्या आकडेमोडीचे कागद त्याने घराच्या माळ्यावर लपवून ठेवले. रामानुजन एकीकडे अतिशय बुद्धिमान असला, तरी दुसरीकडे अतिसंवेदनशील होता. कदाचित म्हणूनच आजूबाजूंच्याना तोंड देण्याऐवजी त्याने पळून जाण्याचा अनपेक्षित निर्णय घेतला असावा.

घरातून पळून जाऊन रामानुजन एक हजार किलोमीटर दूर असलेल्या विशाखापट्टणमला पोहोचला. तिथे तो वर्षभर होता, असं म्हणतात. मात्र त्याबद्दल कुठलीच ठोस माहिती मिळत नाही. साधारणपणे त्या वर्षभरातच रामानुजनने परत एकदा कॉलेजमध्ये प्रवेश घेण्याचं ठरवलं. तेव्हा मद्रासचं पाचियप्पा कॉलेज खूप प्रसिद्ध होतं. या कॉलेजच्या पदवीला खूप प्रतिष्ठा होती. त्या कॉलेजमध्ये जाऊन रामानुजन तिथल्या शिक्षकांना भेटला. तिथल्या गणिताच्या शिक्षकांना त्याने तोपर्यंत सोडवलेल्या गणिताच्या वह्या दाखवल्या. गणित आवडणाऱ्या कुठल्याही व्यक्तीला त्या वह्या भारावून टाकणाऱ्याच होत्या. त्यामुळे रामानुजनसारखा हुशार मुलगा आपल्या कॉलेजमध्ये असायलाच हवा, असं साहजिकच त्या शिक्षकांना वाटलं. तेच रामानुजनला प्राचार्यांकडे घेऊन गेले. रामानुजनच्या बुद्धीची कुवत प्राचार्यांच्याही लक्षात आली. त्यांनी त्याला प्रवेश दिलाच, पण सोबत स्कॉलरशिपही दिली. त्या स्कॉलरशिपची रक्कम आधीच्या स्कॉलरशिपइतकी मोठी नसली,

तरी तेवढी रक्कमही रामानुजनसाठी महत्त्वाची होती.

पाचियप्पा कॉलेजमधले रामानुजनचे सुरुवातीचे दिवस फार चांगले होते. तिथे प्रवेश मिळाल्यापासून रामानुजनचा मूड थोडा सुधारला होता. कॉलेजमधल्या गणिताच्या शिक्षकांचं नाव एन. रामानुजचरिअर होतं. बीजगणित किंवा भूमितीमधलं एखादं गणित सोडवण्यासाठी त्यांना कायम दोन फळे लागायचे. ते गणित ते १० पायऱ्या वापरून सोडवायचे. मग रामानुजन उठायचा आणि तीन किंवा जास्तीत जास्त चार पायऱ्यांमध्ये ते गणित सोडवून दाखवायचा. ते पाहून सगळ्या वर्गाला आश्चर्य वाटायचं. नंतर नंतर शिक्षकसुद्धा गणित सोडवून झालं की, वळून रामानुजनला विचारायचे, "तुला काय वाटतं रामानुजन? बरोबर आहे ना?" हळूहळू सगळ्यांनाच याची सवय झाली. कुंबकोणमप्रमाणेच इथेही इतर विद्यार्थ्यांच्या नजरेत रामानुजन इतका ग्रेट झाला की, सारखंच वय असूनही इतर विद्यार्थ्यांना त्याचा आब वाटायला लागला. खरंतर रामानुजनच्या गणित सोडवण्याच्या पद्धतीमुळे अनेकदा हे विद्यार्थी खूप गोंधळलेले असायचे. एखादं गणित समोर आलं की, त्याच्या कित्येक पायऱ्या रामानुजन मनातच सोडवायचा आणि फक्त निवडक पायऱ्याच फळ्यावर लिहायचा. त्यामुळे त्या गणिताचं अमुक एक उत्तर कसं यायचं, हे बऱ्याचदा बाकीच्या विद्यार्थ्यांना उमगायचं नाही.

पाचियप्पा कॉलेजमधल्या आणखी एका शिक्षकांशी त्याची चांगली मैत्री जमली होती. त्यांचं नाव पी. सिंगारवेळू मुदलियार होतं. पाचियप्पा कॉलेजपेक्षाही प्रेसिडेंट नावाचं एक कॉलेज खूप प्रसिद्ध होतं. सिंगारवेळू आधी तिथे गणिताचे साहाय्यक प्राध्यापक

म्हणून काम करायचे. तेही रामानुजनच्या हुशारीमुळे प्रभावित झाले होते. गणित हाच दोघांच्याही आवडीचा विषय असल्याने त्यावर त्यांच्या पुष्कळ चर्चा चालायच्या. दोघं मिळून वेगवेगळ्या मॅथमॅटिकल जर्नल्समधली गणितंही सोडवायचे.

थोडक्यात, विद्यार्थी, शिक्षक असे सगळेच रामानुजनच्या हुशारीमुळे दिपून गेले होते. खरंतर त्यात काहीच नवीन नव्हतं. कुंबकोणममध्ये सरकारी कॉलेजमध्ये शिकत असतानाही हे सगळं झालेलं होतं. वाईट म्हणजे, परीक्षेचा निकालही आधीसारखाच लागला. फक्त सरकारी कॉलेजमध्ये रामानुजन इंग्रजीमध्ये नापास झाला होता, तर इकडे शरीरशास्त्रात नापास झाला, पण या विषयात नापास होण्यामागे 'गणित सोडून इतर विषयांच्या अभ्यासाचा कंटाळा' एवढंच कारण नव्हतं. रामानुजन कट्टर ब्राह्मण आणि शुद्ध शाकाहारी होता. रीतीभातींचा त्याच्यावर फार मोठा पगडा होता. त्यामुळे शरीरशास्त्राच्या पुस्तकातली मेलेल्या सशाच्या अंतर्गत शरीराची आकृती पाहणंसुद्धा त्याला सहन होत नव्हतं. त्या विषयाचे शिक्षक 'मेलेल्या बेडकाची चिकित्सा कशी करावी', हे वर्गात शिकवत असताना रामानुजन फार अस्वस्थ व्हायचा. तेव्हा गणित सोडून बाकीच्या विषयांत तो जेमतेम पास झाला होता, तरी शरीरशास्त्रात त्याला फक्त दहाच मार्क्स मिळाले होते. त्यानंतर परत दोनदा त्याने ती परीक्षा दिली, मात्र तेव्हाही तो नापास झाला.

एकोणिसाव्या शतकाची सुरुवात रामानुजनसाठी फार चांगली झाली नाही. १९०४ सालापासून १९०७पर्यंत तो प्रत्येक वर्षी नापास होत गेला. कॉलेज बदललं, तरी त्याचं नापास होणं थांबलं नाही. त्याच्या गणितातल्या हुशारीचा बाकी काहीच उपयोग होत नव्हता

आणि इतर विषयांत पास झाल्याशिवाय त्याला पुढचं शिक्षण घेता येत नव्हतं. १९०८चं वर्ष येईपर्यंत रामानुजनची परिस्थिती आणखीनच बिघडली. त्याच्याकडे पदवी नव्हती, सततच्या नापास होण्याला कंटाळून त्याने शिक्षण सोडलेलं होतं. त्यामुळे साहजिकच हातात नोकरी नव्हती. कित्येकदा तो दोन वेळचं पुरेसं जेवूही शकत नव्हता. मग कधीतरी शेजारच्या आजी रामानुजनला त्यांच्या घरी नेऊन डाळ-भात खायला घालायच्या, तर कधी एस. एम. सुब्रमण्यम नावाचा त्याचा मित्र त्याला घरी नेऊन डोसा खायला घालायचा. मग रामानुजनने काहीतरी काम करायचं ठरवलं. सुदैवाने त्याला कामही मिळालं. सरकारी कॉलेजमध्ये मानसशास्त्र शिकवणाऱ्या सरांच्या मुलाला, विश्वनाथ शास्त्रीला गणित शिकवण्याचं काम रामानुजनला मिळालं. त्यासाठी त्याला महिन्याला सात रुपये मिळणार होते. शिकवणी घेऊन पैसे मिळवणं, हाच एक चांगला पर्याय त्या परिस्थितीत रामानुजनपुढे होता, मात्र तिथेही त्याचं गणितप्रेम आडवं आलं. गणित शिकवताना रामानुजन इतका गुंग व्हायचा की, पुस्तकाला किंवा अभ्यासक्रमाला धरून तो कधीच शिकवू शकायचा नाही. एकच गणित वेगवेगळ्या पद्धतीने सोडवून दाखवायचा. त्यामुळे बिचारा विश्वनाथ गोंधळून जायचा. विश्वनाथला गणित सोडवून दाखवताना कित्येकदा तो 'गणिताचा वापर इतर गोष्टींमध्ये कसा करता येईल', याचा विचार करत राहायचा. उदा. एखाद्या भिंतीची उंची काढण्याचं गणित असेल, तर ती भिंत मुंगीच्या किंवा म्हशीच्या दृष्टिकोनातून किती उंच असेल, याची आकडेमोड तो करत बसायचा. हे सगळं विश्वनाथच्या समजण्यापलीकडचं होतं; पण त्याला रामानुजनचं बोलणं प्रेरणादायी वाटायचं.

विश्वनाथच्या ओळखीने रामानुजनला गोविंदराजा अय्यंगार नावाचा आणखी एक विद्यार्थी मिळाला होता. त्याला कॅल्क्युलस शिकवायचं होतं. मात्र विश्वनाथप्रमाणे तो टिकला नाही. दोनच आठवड्यांत त्याने रामानुजनची शिकवणी सोडून दिली. 'रामानुजन सारखा इन्फिनिटीबद्दल बोलत राहतो. परीक्षेत उपयोगी पडेल, असं तो काहीच शिकवत नाही' असं गोविंदराजाचं म्हणणं होतं. याच कारणामुळे हळूहळू विश्वनाथची शिकवणीही बंद पडली. आता रामानुजनकडे गणिताच्या ज्ञानाशिवाय काहीच उरलं नव्हतं. तो मात्र यातच खूश होता. कारण आता त्याला गणितं सोडवताना कुणीही थांबवणारं नव्हतं. गणितं सोडवणं, प्रमेयं मांडणं आणि वह्यांमध्ये दिवसेंदिवस बुडून जाणं आता त्याला शक्य होणार होतं.

'कुणीतरी दोन वेळच्या जेवण्याची सोय केली, तर बाकीचा सगळा वेळ गणितासाठी देता येईल', अशी त्याची अतोनात इच्छा होती. त्या वेळची रामानुजनची परिस्थिती खूप बिकट होती, मात्र याच काळात त्याने गणिताच्या क्षेत्रात भरीव काम केलं, जे काही वर्षांनंतर प्रसिद्ध झालं. त्या दरम्यान कॉलेजला जाण्याचा आणि पास होण्याचा ताण त्याच्या डोक्यावरून उतरला होता. तो नोकरीही करत नव्हता. त्यामुळे त्याच्याकडे गणिताला देण्यासाठी भरपूर वेळ होता.

'आपण सोडवलेली प्रमेयं, नव्याने मांडलेली सूत्रं लिहून ठेवावीत', असं त्याला वाटायला लागलं. कित्येकदा एक सूत्र लिहिताना त्याला दुसरं सूत्र सुचायचं. या सगळ्याची व्यवस्थित नोंद करून ठेवावी, असं त्याला वाटत असल्याने त्याने त्याच्या

गणितांच्या नोंदी ठेवायला सुरुवात केली. रामानुजनच्या मृत्यूनंतर त्याच्या भावाने त्याच्या वह्या होत्या त्या रूपात व्यवस्थित जतन करून ठेवल्या. आज त्या वह्या 'नोटबुक्स' नावाने ओळखल्या जातात. रामानुजनने पाचियप्पा कॉलेज सोडलं, त्या दरम्यान, म्हणजे १९०७ साली रामानुजनने लिहिलेलं नोटबुक सर्वांत आधी प्रकाशित झालं. दोनशे पानांच्या त्या नोटबुकमध्ये गडद हिरव्या शाईत रामानुजनने सोडवलेली गणितं दिली आहेत. हायपरजिओमेट्रिक सीरिज, कंटिन्युड फंक्शन्स, सिंग्युलर मोड्युली... असं बरंचकाही त्यात वाचता येतं. कॅल्क्युलेटर, कम्प्युटर, टॅब असं काहीही मदतीला नसताना गणितं सोडवण्याचा तो काळ पुस्तकात स्पष्ट दिसतो. एकाच गणिताच्या पुन:पुन्हा पायऱ्या करून पाहणं, गिचमिड अक्षरांमध्ये केलेली आकडेमोड, घाईघाईत केलेली खाडाखोड, उजळणी असं सगळं त्या वहीत आहे.

काही काळानंतर ही पहिली वहीच बदल करून परत नव्याने प्रकाशित करण्यात आली. मात्र त्यात आधीप्रमाणे गिचमिड अक्षरांतली आकडेमोड, टिपणं नव्हती; विषयानुसार वर्गवारी केलेली होती; सगळ्या प्रमेयांना आकडे दिलेले होते. रामानुजनने आधीच्या वहीत सोडवलेली गणितं, प्रमेयं फेरफार करून व्यवस्थितपणे या वहीत मांडलेली होती. कदाचित नवी नोकरी मिळवताना दाखवण्याच्या दृष्टीने त्याने ही वही तयार केली असावी. त्या वह्यांमध्ये सोडवलेल्या प्रमेयांमागे रामानुजनची विलक्षण प्रतिभा तर होतीच, पण त्याला कष्टांची जोडही होती. अतिशय अवघड गणितं, प्रमेयं सोडवताना त्याच्या बुद्धीचा कस लागला होता.

१९०९ सालापर्यंतचा हा काळ एक गणिती म्हणून

रामानुजनच्या आयुष्यातला अतिशय महत्त्वाचा काळ होता. कॉलेजमध्ये असताना फक्त गणितावर लक्ष देण्यासाठी त्याला जो वेळ हवा होता, तो त्याला या काळात मिळाला. पदवी मिळण्याची आशा त्याने सोडून दिलेली होती. पदवीशिवाय कुठे नोकरीही मिळणं अशक्य होतं. शिकवणी घेऊन त्याला थोडेसे पैसे मिळत होते. आई-वडलांनीही त्याच्या मागे पदवी किंवा नोकरी हवीच असल्याचा तगादा लावला नाही. रामानुजनच्या एकंदर अवस्थेमुळे ते थोडे निराश झाले होते, पण त्यांनी त्याच्यावर कसली सक्ती केली नाही. पैशांची कमतरता सोडली, तर हा काळ रामानुजनच्या पथ्यावर पडला. शिक्षणात आलेल्या अपयशामुळे त्याच्या गणिती संशोधनावर येत असलेली बंधनं आपोआप गळून पडली होती. याच काळात त्याच्या संशोधनाने गती घेतली. विशेष म्हणजे, गणिताबद्दल आवश्यक मार्गदर्शन मिळत नसूनही त्याने स्वतःहून विविध प्रकारची प्रमेयं मांडली, शोध लावले आणि अवघड गणितंही सोडवली.

रामानुजन लहानपणापासूनच एकलकोंडा होता. या काळातही तो पूर्णपणे एकटा होता. त्याचं स्वतःमध्ये रमणं पाहून त्याने 'संन्यास घेतला की काय', असं त्याचे आई-वडील आणि जवळच्या मोजक्या मित्रांनाही वाटायला लागलं. रामानुजनने संन्यास घेतला नसला, तरी तो खूप धार्मिक होता. दैवी शक्तींवर त्याचा गाढ विश्वास होता. गणिताइतकाच तो तत्त्वज्ञानामध्येही रमायचा. गणित आणि मूलभूत तत्त्वांची सांगड घालून तो वेगवेगळ्या गोष्टी पडताळून पाहायचा. स्वतःच्या प्रत्येक गणितामागे, नव्या प्रमेयामागे देवाची प्रेरणा असल्यावर त्याचा ठाम विश्वास होता.

जेवणाची सोय कराल का?

रामानुजन आता वीस वर्षांचा झाला होता, तरी त्याच्या दिसण्यात काहीच फरक नव्हता. वयात आलेल्या मुलाच्या कुठल्याच खुणा त्याच्या ठायी जाणवत नव्हत्या. जाड अंगकाठी, बुटका म्हणण्याइतकी कमी उंची, मोठं नाक, अस्पष्ट मिशी, कपाळावर लाल-पांढरं गंध, कपाळामागचे केस काढून बाकीचे सगळे केस मागे घट्ट बांधलेले असाच रामानुजनचा अवतार असायचा. तो तसा अबोल होता. मात्र दिसा-वागायला बेंगरूळ असला, तरी त्याच्या काळ्याभोर डोळ्यांत चमक होती. ती चमक समोरच्या माणसाला त्याच्या सगळ्या उणिवांकडे दुर्लक्ष करायला भाग पाडायची.

गणितं सोडवण्यातून कधी वेळ मिळालाच, तर रामानुजन कधी पुस्तकं घेण्यासाठी, तर कधी शिक्षकांना भेटण्यासाठी त्याच्या जुन्या कॉलेजमध्ये जायचा. मंदिरात जाऊन बसणंही त्याला आवडायचं, पण हे सगळं क्वचितच व्हायचं. बहुतेक वेळा तो घराच्या पडवीत पाटी घेऊन झपाटल्याप्रमाणे गणितं सोडवत असायचा. रस्त्यावरून हंबरत जाणारी गुरं, पाणी भरायला जाताना मोठमोठ्याने गप्पा मारत जाणाऱ्या बायका, खटारे ओढत नेणारे पुरुष... अशा कुठल्याही आवाजाने त्याला फरक पडायचा नाही. कधीकधी तो रस्त्यावर खेळणाऱ्या मुलांकडे एकटक पाहत

बसायचा. वरवर पाहायला गेलं, तर इतरांना रामानुजन सुखी प्राणी वाटायचा. कसली परीक्षा नाही, अभ्यास नाही, नोकरीची तकतक नाही, कुटुंबाला पोसण्याची काळजी नाही... त्याच्या आयुष्यात जणूकाही ध्येयच नव्हतं. इतरांच्या मते, तो निवांत, स्वतःमध्ये मग्न असणारा माणूस होता; पण बाहेरून पाहणाऱ्या लोकांना असं वाटत असलं, तरी रामानुजन मात्र आतून अस्वस्थ होता. अभ्यास, परीक्षा नसली, तरी गणितावरचं निस्सीम प्रेम त्याला स्वस्थ बसू देत नव्हतं. गणिताच्या क्षेत्रात अजोड कामगिरी करण्याची त्याला अखंड तळमळ लागली होती. त्याच्यात जबरदस्त हुशारी आणि ऊर्जा होती; पण त्याचं हे अंतर्मन कुणालाही समजत नव्हतं. त्याच्या गप्प राहण्याने, अभ्यास-पदवी-नोकरी न करण्याने कोमलताम्मल मात्र खूपच काळजीत पडली होती. शेवटी तिने त्याला चारचौघात आणण्यासाठी एक टिपिकल मार्ग अवलंबला. तिने रामानुजनचं लग्न करायचं ठरवलं.

राजेंद्रम नावाच्या गावात राहणाऱ्या, जानकी नावाच्या नात्यातल्याच मुलीशी १९०८ साली कोमलताम्मलने रामानुजनचं लग्न ठरवलं. तेव्हा जानकी फक्त नऊ वर्षांची होती. लग्न झाल्यानंतर रामानुजन जबाबदारीने वागला असता, नोकरी करून त्याने चार पैसे कमवले असते अशी कोमलताम्मलला आशा होती. प्रत्यक्षात असं झालं नसलं, तरी गेली पाच वर्षं सगळ्यांपासून दूर, गणितात आकंठ बुडालेला रामानुजन परत थोडाफार इतरांमध्ये मिसळायला लागला. त्याला नोकरी करावीशी वाटायला लागली. 'नोकरीमुळे आपल्याला नव्याने आयुष्य सुरू करता येईल', असं त्याला मनातून

वाटत होतं. नोकरी शोधण्यासाठी तो मद्रासला ये-जा करायला लागला. तिथे त्याला त्याचा पूर्वीचा विद्यार्थी विश्वनाथ शास्त्रीने आसरा दिला. विश्वनाथ मद्रासमध्ये प्रेसिडेन्सी कॉलेजमध्ये शिकायचा आणि जवळच्याच व्हिक्टोरिया स्टुडंट हॉस्टेलमध्ये राहायचा. रामानुजनही तिथेच राहायला लागला. सकाळ झाली की, रामानुजन शिकवणीसाठी विद्यार्थी शोधायला बाहेर पडायचा, पण त्याला फारसं कुणी मिळत नव्हतं. दिवसभर विद्यार्थी शोधून दमलेला रामानुजन रात्री निराश होऊन हॉस्टेलवर परत यायचा. या काळात तो खूप निराश आणि भावुक झाला होता. त्याला स्वतःच्या बुद्धिमत्तेची कल्पना होती. 'आपली बुद्धिमत्ता अशीच वाया जाणार, आपल्या आयुष्यात कधीच चांगले दिवस येणार नाहीत', असं त्याला वाटायचं. 'प्रसिद्ध शास्त्रज्ञ गॅलिलिओप्रमाणे आपणही गरिबीतच, अज्ञातवासात मरणार', असं तो म्हणत राहायचा. मग विश्वनाथ त्याची समजूत घालायचा. त्याला धीर द्यायचा.

काही काळानंतर रामानुजन कुंबकोणममधला त्याचा मित्र के. सारंगपाणी अय्यर आणि त्याचा भाऊ के. नरसिंह अय्यर यांच्याबरोबर वेंकटनारायण गल्लीत राहायला गेला. ते दोघंही रामानुजनला खूप मदत करायचे. नरसिंह तेव्हा 'मद्रास ख्रिश्चन कॉलेजमध्ये' शिकत होता आणि रामानुजन त्याचा गणिताचा अभ्यास घ्यायचा. त्याला गणिताची खूप भीती वाटायची. नरसिंह एफ. ए.च्या परीक्षेला बसला असताना आयत्या वेळी त्याला खूप टेन्शन आलं आणि गणिताची परीक्षा द्यायलाच नकोशी वाटायला लागली. हे कळल्याबरोबर परीक्षेच्या दिवशी चार मैल पायी चालत

जाऊन रामानुजन त्याला कॉलेजमध्ये भेटायला गेला. रामानुजनने त्याला धीर दिला आणि परीक्षा देण्यासाठी तयार केलं. परीक्षेत उपयोगी पडतील, अशा टिप्सही दिल्या. त्याचं बोलणं ऐकून नरसिंह परीक्षेसाठी तयार झाला. त्याला परीक्षेत खूप कमी मार्क पडले; पण तो पास झाला.

त्यानंतर एक विचित्र प्रसंग घडला. लग्नानंतर काही दिवसांतच रामानुजनला एका ऑपरेशनला सामोरं जावं लागलं होतं. ते यशस्वी होऊन त्यातून तो बराही झाला होता. मात्र मद्रासमध्ये त्याची तब्येत अचानक इतकी बिघडली की, कुणीतरी त्याला बैलगाडीत घालून त्याचा मित्र आर. राधाकृष्ण अय्यरच्या घरी सोडलं. राधाकृष्ण त्याचा पाचियप्पा कॉलेजमधला मित्र होता. रामानुजनची अवस्था पाहून राधाकृष्ण काळजीत पडला. त्याने डॉक्टरांना बोलवून आवश्यक ते उपचार केले, पण अशा परिस्थितीत रामानुजनने घरी जाणं जास्त चांगलं होतं. थोडं बरं वाटल्यावर रामानुजन रेल्वेने घरी निघाला. राधाकृष्ण त्याला पोहोचवायला स्टेशनवर आला होता. रेल्वे स्टेशनवर निरोप घेताना रामानुजनने त्याच्या आयुष्यातली सर्वांत अमूल्य गोष्ट राधाकृष्णच्या हातात सोपवली. त्याच्या दोन वह्या! मध्यंतरीच्या काळात रामानुजनने गणितात केलेल्या सगळ्या कामाची नोंद त्या वह्यांमध्ये होती. त्या वह्या रामानुजनचं सर्वस्व होत्या. लग्नानंतर रामानुजन मद्रासमध्ये येऊन शिकवण्या मिळवण्याच्या प्रयत्नात होता, तरी गणिताच्याच क्षेत्रात काम करण्याची त्याची ऊर्मी संपलेली नव्हती; उलट तिने आणखी जोर धरला होता. कारण स्वतःला सिद्ध करण्यासाठी त्याच्याकडे पदवी

नव्हती. या वह्याच त्याला गणिताच्या जगाची दारं उघडून देऊ शकल्या असत्या. शिकवण्या घेता-घेताच दुसरीकडे या वह्यांच्या आधारावर त्याने स्वत:चं ध्येय गाठायचं ठरवलं होतं; पण आता आजारपणामुळे आधीच निराश असलेला रामानुजन आणखी अस्वस्थ झाला. 'आपल्याला काही झालं, तर किमान या वह्या तरी योग्य व्यक्तीपर्यंत पोहोचाव्यात', असं त्याला वाटत होतं. म्हणून रेल्वे स्टेशनवर त्याने या वह्या राधाकृष्णकडे सोपवल्या. जर रामानुजनला काही झालं असतं, तर त्या वह्या पाचियप्पा कॉलेजमधले प्राध्यापक सिंगारवेळू मुदलियार यांच्याकडे किंवा नव्याने त्याच्या ओळखीचे झालेले ब्रिटिश प्राध्यापक एडवर्ड रॉस यांच्याकडे देण्यासाठी त्याने राधाकृष्णला सांगितलं. थरथरत्या हातांनी स्वत:च्या वह्या देत, त्या योग्य हाती सोपवण्याची विनंती करणाऱ्या रामानुजनचं चित्र राधाकृष्णसाठी आयुष्यभर अविस्मरणीय राहिलं.

मद्रासला येऊन विद्यार्थी शोधण्याकडे रामानुजनचा जास्त कल असला, तरी त्याच्या मनात काहीतरी वेगळंच होतं. 'आपण गणितासाठी केलेलं काम आपल्यासारख्याच गणितप्रेमींपर्यंत पोहोचलं, तर या क्षेत्राचे दरवाजे आपल्यासाठी खुले होतील', अशी त्याला आशा वाटत होती. म्हणूनच बरीच मेहनत घेऊन त्याने त्या वह्या तयार केल्या होत्या. १९१० साली व्ही. रामास्वामी अय्यर यांच्या रूपाने त्याला अशी एक संधी मिळाली! ते त्रिपूरमला राहत होते आणि उपजिल्हाधिकारी होते. महत्त्वाचं म्हणजे, त्यांनी नुकतीच 'इंडियन मॅथमॅटिकल सोसायटीची' स्थापना केली होती. ते स्वत: उत्तम गणिती होते. सगळे जण त्यांना 'प्रोफेसर' म्हणायचे.

रामानुजन स्व:तच्या वह्या घेऊन त्यांना भेटायला गेला. रामास्वामी गणितप्रेमी होते. त्यांचं गणिताचं ज्ञानही सखोल होतं. मात्र त्यांच्यासमोर उभ्या असलेल्या साध्या, चेहऱ्यावर फारसे भाव नसलेल्या माणसाने त्याच्या वहीत सोडवलेलं गणित त्यांनाही चक्रावून टाकणारं होतं. रामानुजनची बुद्धिमत्ता आणि त्याची हलाखीची परिस्थिती पाहून त्यांच्याच विभागात, म्हणजे रेव्हेन्यू डिपार्टमेंटमध्ये त्याला नोकरी देण्याचा विचार त्यांच्या मनात आला; पण एवढ्या बुद्धिमान माणसाला सरकारी नोकरीत खर्डेघाशी करायला लावण्यासाठी त्यांचं मन तयार होईना. त्याऐवजी रामास्वामींनी त्याला शिफारसीचं पत्र देण्याचं ठरवलं. पत्र देऊन त्यांनी रामानुजनला मद्रासमधल्या त्यांच्या एका गणितप्रेमी मित्राकडे जायला सांगितलं.

पी. व्ही. सेशू अय्यर हे त्यांच्या गणितप्रेमी मित्रांमधलेच एक होते. सेशू अय्यर म्हणजे सरकारी कॉलेजमधले रामानुजनचे प्राध्यापक. आदल्या चार वर्षांत मात्र रामानुजनची आणि त्यांची भेट झालेली नव्हती. आता ते मद्रासच्या 'प्रेसिडेन्सी कॉलेजमध्ये' शिकवत होते. ठरल्याप्रमाणे रामानुजन त्याच्या वह्या घेऊन त्यांना भेटायला गेला. सोबत रामास्वामींनी दिलेलं पत्रही होतं. 'सेशू सर आपल्यासाठी काहीतरी करतील', असं त्याला वाटत होतं. मात्र त्यांनीही रामानुजनला फक्त एक शिफारसीचं पत्र दिलं आणि एस. बाळकृष्ण अय्यर या त्यांच्या मित्राला भेटायला सांगितलं. ते मद्रासच्या 'टीचर्स कॉलेजमध्ये' गणिताचे शिक्षक होते. खरंतर त्यांच्या शिक्षकी पेशाला त्यांनी नुकतीच सुरुवात केली होती. मग

रामानुजन परत एकदा त्याच्या वह्या घेऊन बाळकृष्ण अय्यर सरांना भेटायला गेला. इथे जातानाही नेहमीप्रमाणे त्याच्या आशा पल्लवित झाल्या होत्या. 'इथे नक्कीच आपल्याला दिलासा देणारं काहीतरी घडेल', असं त्याला वाटत होतं. रामानुजनने मोठ्या उत्सुकतेने त्याच्या वह्या त्यांना दाखवल्या, पण त्यांना त्यातलं काहीच कळलं नाही. चेहऱ्यावर प्रचंड उत्सुकता आणि आशा घेऊन आलेल्या त्या माणसाला कशी मदत करावी, असा त्यांना प्रश्न पडला. त्यांनी रामानुजनला बसवलं, गरमागरम कॉफी प्यायला दिली आणि त्याला कुठल्या प्रकारच्या मदतीची अपेक्षा होती, हे विचारलं. बाळकृष्ण सरांचे बॉस कुणी इंग्लिशमन होते. त्यांचं नाव डॉडवेल होतं. त्यांच्याशी बोलून एखादी नोकरी मिळाली असती, तर सोय होणार असल्याचं रामानुजनने सांगितलं. कितीही कमी पैसे मिळत असते, तरी त्याला चालणार होतं; पण त्या वेळी 'नोकरी' ही त्याची गरज होती. बाळकृष्ण सरांनी तीन-चार वेळा त्यांच्या बॉसला या विषयी विचारलं. मात्र पुढे काहीच झालं नाही. शेवटी त्यांनी रामानुजनची माफी मागितली. ते म्हणाले, ''बॉसवर प्रभाव टाकून तुझी मदत करता येण्याइतका मी मोठा नाही रे!''

रामानुजनच्या उरल्यासुरल्या आशाही संपल्या. रामानुजन तिथून दुःखी मनाने बाहेर पडला. तो स्वतःच्या विचारांच्या नादातच रस्त्यावरून चालला होता. आता त्याच्या मनात निराशेचे ढग जमा व्हायला लागले होते. इतके दिवस कुठूनतरी मार्ग शोधत तो वेगवेगळ्या कॉलेजमधले गणिताचे शिक्षक आणि इंडियन मॅथमॅटिकल सोसायटीपर्यंत पोहोचला होता; पण कुणीच काहीही

मदत करू शकलं नव्हतं. अखेरीस कुंबकोणमला परत जाणंच योग्य ठरणार होतं. रामानुजन अशा भोवंडून टाकणाऱ्या विचारांत बुडलेला असतानाच कुणीतरी त्याला हाक मारत असल्याचं त्याला जाणवलं. रामानुजनने चमकून मागे बघितलं, तर त्याचा शाळेतला मित्र सी. व्ही. राजगोपालचारी उभा होता.

राजगोपालचारीही रामानुजनच्याच कुंबकोणम गावचा होता. दोघंही जवळपास बरोबरीचेच होते. दोघांची शाळाही टाउन हायस्कूलच होती. मद्रासच्या रस्त्यांवर रामानुजनला पाहून राजगोपालचारीचं मन एकदम भूतकाळात गेलं. रामानुजन गणितातल्या तल्लख बुद्धीमुळे शाळेत खूप प्रसिद्ध होता. एके दिवशी दुपारी शाळेतलाच एक मोठा मुलगा रामानुजनकडे आला. हा मुलगा स्वतःच्या वर्गातला सगळ्यात हुशार विद्यार्थी होता. रामानुजनला आव्हान द्यायचं ठरवूनच तो आला होता. त्याने रामानुजनला गणित घातलं.

ते एक सामाईक द्विचल (दोन चलं) असलेलं वर्गमुळाचं समीकरण होतं. या समीकरणात 'एक्स' आणि 'वाय' या दोन चलांची किंमती काढायची होती. ही किंमत अशी यायला हवी होती की, पहिल्या समीकरणाचं उत्तर सात आलं असतं आणि दुसऱ्या समीकरणाचं उत्तर अकरा आलं असतं. नेहमीच्या पद्धतीने सोडवायचं झालं, तर चवथ्या घातापर्यंत जात ते समीकरण सोडवावं लागलं असतं; आणि अशा पद्धतीने ते समीकरण सोडवणं अतिशय कठीण आणि गुंतागुंतीचं झालं असतं. त्यामुळे असं समीकरण सोडवणं नववीतल्या मुलासाठी अशक्यच होतं. मात्र रामानुजनची

बुद्धी इतकी तीव्र होती की, त्याने फक्त निरीक्षणातून ते समीकरण सोडवलं. 'एक्स' आणि 'वायच्या' जागी पूर्ण वर्ग निघू शकणाऱ्या संख्या हव्या असल्याचं समीकरण पाहताक्षणी त्याच्या लक्षात आलं होतं. उदा. दोनचं वर्गमूळ काढता येत नाही, मात्र चारचं काढता येतं. म्हणजेच 'चार' हा पूर्ण वर्ग आहे. त्यामुळे पहिल्या समीकरणात एक्सच्या जागी 'नऊ', तर दुसऱ्या समीकरणात वायच्या जागी 'चार' असणार, हे रामानुजनने ताडलं.

पहिल्या समीकरणात एक्सच्या जागी 'नऊ' घातल्यानंतर त्याचं वर्गमूळ 'तीन' आलं असतं; आणि उत्तर सात म्हटल्यावर वायच्या जागी 'चार' आले असते. दुसऱ्या समीकरणात वायच्या जागी 'चार' घातल्यानंतर त्याचं वर्गमूळ 'दोन' आलं असतं; आणि उत्तर अकरा म्हटल्यावर एक्सच्या जागी 'नऊ' आले असते.

खरंतर रामानुजन तेव्हा नववीत होता आणि ते गणित किमान चार इयत्ता पुढचं होतं. ते सोडवण्यासाठी विशिष्ट प्रकारची प्रमेयं माहीत असणं आवश्यक होतं. इतर कुठल्याही चौदा वर्षांच्या मुलाला ते सोडवता येण्यासारखं नव्हतं, पण रामानुजनने मात्र फक्त अर्ध्या मिनिटात आणि दोन पायऱ्यांमध्ये ते गणित सोडवून दाखवलं. खरंतर त्या समीकरणात गणितापेक्षाही आकडेमोडीचाच भाग जास्त होता; पण तरीही रामानुजनची हुशारी राजगोपालचारीला प्रभावित करून गेली.

मद्रासच्या रस्त्यावर अचानक रामानुजनला पाहून राजगोपालचारीच्या डोळ्यासमोर शाळेतला हा प्रसंग तरळला. दोघं जवळपास दहा वर्षांनी भेटत होते. त्याला पाहून रामानुजनलाही

खूप आनंद झाला. राजगोपालचारीला वकील बनायचं होतं. त्यामुळे शाळा संपल्यावर तो त्याच दृष्टीने प्रयत्न करत होता. मग त्याने रामानुजनची विचारपूस केली, तेव्हा रामानुजनने त्याला स्वतःची सगळी कहाणी सांगितली. निराशेने ग्रासलेलं मन त्याच्यापुढे मोकळं केलं. आता सगळे मार्ग बंद झाल्याने कुंबकोणमला परत जाण्याबद्दल रामानुजन सांगत असताना राजगोपालचारीच्या चेहऱ्यावर मात्र वेगळेच भाव होते.

"तू जाऊ नकोस" राजगोपालचारी रामानुजनला अगदी कळकळीने म्हणाला. रामानुजनकडे रामचंद्र राव यांच्यासाठी सेशू अय्यर सरांनी दिलेलं शिफारसीचं पत्र असल्याचं रामानुजनने बोलण्याच्या ओघात सांगितलं होतं. त्या नावाचं महत्त्व राजगोपालचारीने क्षणात ओळखलं. रामचंद्र राव हे त्या काळच्या राजवटीतलं वजनदार नाव होतं. प्रेसिडन्सी कॉलेजमध्ये शिक्षण पूर्ण केल्यानंतर रामचंद्र राव सरकारी सेवेत रुजू झाले होते. तिथे सातत्याने बढती मिळवत ते काहीच वर्षांत नेल्लोर नावाच्या जिल्ह्याचे जिल्हाधिकारी झाले. त्यांना 'दिवाण बहाद्दूर' ही त्या काळातली मानाची पदवी मिळालेली होती. सरकारी सेवेत त्यांच्या नावाचा दबदबा होता. रामचंद्र राव स्वतः उत्तम गणिती होते आणि रामास्वामी अय्यर यांनी सुरू केलेल्या इंडियन मॅथमॅटिकल सोसायटीचे सचिवही होते. त्यांच्यापर्यंत पोहोचण्यासाठी सेशू अय्यर सरांनी रामानुजनला शिफारसीचं पत्र दिलं होतं. मात्र त्यांच्यासारख्या मोठ्या व्यक्तीकडे जाण्याच्या विचाराने रामानुजन बुजला होता आणि म्हणून जाण्यासाठी कचरत होता. मात्र रामानुजनने त्यांच्याकडे जावं, म्हणून

राजगोपालचारीने अगदी आग्रह धरला. यावर रामानुजनने बरीच कारणं देण्याचा प्रयत्न केला, पण राजगोपालचारी काहीच ऐकायला तयार नव्हता. लवकरच ते दोघंही रामचंद्र रावांकडे गेले. त्यांनी रामानुजनच्या वह्या ठेवून घेतल्या आणि काही दिवसांनी यायला सांगितलं. काही दिवसांनी दोघं परत त्यांच्याकडे गेले, तेव्हा त्या वह्यांमध्ये लिहिलेलं काहीतरी वेगळंच असल्याचं आणि ते राव यांना अजिबात समजत नसल्याचं त्यांनी स्पष्ट सांगून टाकलं. तसंच त्या दोघांनी परत भेटायला येऊ नये, असंही राव यांनी बजावलं. मग दोघंही तिथून जड मनाने बाहेर पडले.

दरम्यान रामानुजनने मुंबईतल्या प्राध्यापिका साल्धना यांनाही त्याच्या प्रमेयांची प्रत पाठवली होती. त्यांनीही काही मदत करू शकत नसल्याचं सांगितलं. मात्र रामानुजनने जे कागद त्यांना पाठवले होते, त्यावरच्या कोऱ्या जागेत प्राध्यापिका साल्धना यांनी थोडीफार आकडेमोड केलेली दिसत होती. रामानुजनच्या कामाने त्यांचं कुतूहल वाढवलं असल्याचं त्यावरून लक्षात येत होतं. मात्र रामानुजनचं काम त्यांच्यासाठीही नवीन होतं. त्यांनीही तोपर्यंत गणितातली अशी प्रमेयं कधीच पाहिलेली नव्हती. जो माणूस माहीत नव्हता, ज्याचं काम वेगळ्या धाटणीचं होतं, त्याला पाठिंबा कसा द्यावा, असा पेच त्यांना पडला असावा. म्हणून अखेरीस त्यांनी कोणतीही मदत करू शकत नसल्याचं सांगून टाकलं.

रामचंद्र राव यांनी पुन्हा न भेटण्याबद्दल बजावलं असलं, तरीही दोघं परत एकदा त्यांच्याकडे गेले. त्यांना पाहून राव यांनी आक्षेप घेतला नाही; पण मदत न करण्याचं कारण सांगून टाकलं. त्यांना

रामानुजन वेडा असल्याची अशी शंका येत होती. कारण ज्या प्रकारचं काम रामानुजन करत होता, अशा प्रकारचं काम त्यांनी आधी कधीच पाहिलेले नव्हतं. रामानुजन हा एखादा चलाख आणि फसवा माणूस असल्याचीही त्यांना शंका होती.

राव यांचं बोलणं ऐकून दोघंही तिथून काही न बोलता बाहेर पडले. तेव्हाच रामानुजनने राजगोपालचारीला प्राध्यापिका साल्धना यांच्याशी झालेल्या पत्रव्यवहाराबद्दल सांगितलं. त्यांनी दिलेला प्रतिसाद आणि रामानुजनने पाठवलेल्या कागदांवर केलेली आकडेमोड पाहून राजगोपालचारीच्या मनात अंधूकसा आशेचा किरण निर्माण झाला. मग ते दोघं परत रावांकडे गेले. काही वेळापूर्वीच हाकलून दिलेले दोघं परत आलेले पाहून रामचंद्र राव काहीसे त्रासले. राव यांनी काही बोलण्याआधीच साल्धना यांच्याशी झालेला पत्रव्यवहार राजगोपालचारीने रावांना दाखवला. सोबत रामानुजनची समजायला तुलनेने सोपी प्रमेयंही दाखवली. रामानुजनची गणिताची पद्धत समजत नसली, तरी तो वेडा नक्कीच नसल्याचं त्या पत्रव्यवहारावरून स्पष्ट होत होतं. राजगोपालचारीने नेमकं हेच राव यांच्या लक्षात आणून दिलं. मग मात्र राव यांनी वेगळ्याच नजरेने रामानुजनच्या कामाकडे पाहायला सुरुवात केली. त्याला त्याचं गणित समजावून सांगण्याची संधी दिली. रामानुजननेही त्या संधीचा फायदा घेत हळूहळू एकेक गोष्टी त्यांना उलगडून सांगायला सुरुवात केली. त्यातले काही सिद्धान्त समजून घेणं रामचंद्र रावांनाही अवघड जात होतं; पण आता रामानुजनची हुशारी त्यांच्या लक्षात आली होती. त्यांनी रामानुजनला मदत करायचं ठरवलं. त्यांनी

विचारलं, “तुला काय हवंय?” “मला गणितासाठी वेळ द्यायचाय. त्यासाठी फक्त माझ्या दोन वेळच्या जेवणाची सोय व्हायला हवी.”

रामचंद्र राव यांनी रामानुजनला परत मद्रासला सेशू अय्यर सरांकडे पाठवण्याचं ठरवलं. नेल्लोरसारख्या छोट्या गावात राहून त्याची प्रतिभा खुंटू नये, असा त्यांचा त्यामागचा विचार होता. रामानुजनला नोकरी दिली असती, तर त्यात त्याचं मन रमण्याची खात्री नव्हती आणि तोपर्यंत रामानुजनला शिक्षणात आलेलं अपयश पाहता, त्याला एखादी स्कॉलरशिप देऊनही उपयोग नव्हता. शेवटी त्यांनी रामानुजनला थेट आर्थिक मदतच करायचं ठरवलं. त्यांनी रामानुजनला दर महिन्याला पंचवीस रुपये पाठवण्याचं वचन दिलं. ही रक्कम खूप मोठी नव्हती, पण रामानुजनसाठी पुरेशी होती. त्या पंचवीस रुपयांमुळे रामानुजनला किमान रोजचा खर्च चालवणं शक्य होणार होतं आणि मुख्य म्हणजे, स्वतःचं लक्ष गणितावर केंद्रित करता येणार होतं.

रामानुजनला कुंबकोणम सोडून तीन वर्षं झाली होती. पैशांची काळजी जवळपास मिटली होती. आता मनसोक्त गणित सोडवणं शक्य होणार होतं. रामानुजनला पहिल्यांदाच मोकळेपणाने श्वास घेत असल्यासारखं वाटत होतं.

इंडियन मॅथमॅटिकल सोसायटी

समुद्राच्या लाटांकडे पाहत रामानुजन अगदी निवांतपणे बसला होता. पहाटे किंवा संध्याकाळी समुद्रकिनाऱ्यावर येऊन बसणं रामानुजनला फार आवडत असे. आयुष्यात पहिल्यांदाच त्याला इतकं निवांत आणि छान वाटत होतं. शाळेच्या वयापासून जोपासलेल्या त्याच्या गणितप्रेमाला आत्ता कुठे मोकळं अवकाश मिळालं होतं.

१९११ साली रामानुजन मद्रासच्या पिल्लई रस्त्यावर 'समर हाउस'मध्ये राहायला आला. मद्रासचं प्रसिद्ध 'प्रेसिडेन्सी कॉलेज' समर हाउसपासून जवळच होतं. त्याच्या बाजूलाच लांबवर समुद्र पसरलेला होता. खरंतर प्रेसिडेन्सी कॉलेज मद्रासच्या अगदी मध्यावर होतं, पण तरी तिथे कधी गर्दी नसायची. समुद्र अगदी जवळच असल्यामुळे एकदा तिथे येणाऱ्याला तो परिसर कायमचा लक्षात राहायचा. तिथल्या शांत वातावरणामुळेच रामानुजन तिथे नेहमी यायचा. कधीकधी सोबत मित्रही असायचे. सगळे अगदी रात्र होईपर्यंत गप्पा मारत बसायचे. आयुष्यात पहिल्यांदाच त्याच्या आजूबाजूला समान आवडी असलेले, म्हणजे अर्थातच गणितावर प्रेम करणारे मित्र होते. त्याच्याबरोबर पाचियप्पा कॉलेजमध्ये शिकणारा सी. आर. कृष्णस्वामी अय्यर समर हाउसमध्ये त्याच्याच खोलीवर राहत होता. एकदा कृष्णस्वामीचा चुलत भाऊ त्यांच्या

खोलीवर राहायला आला होता. त्या दिवशी रात्री रामानुजनला आकाशाचं निरीक्षण करण्याची लहर आली. रात्रभर गच्चीत बसून रामानुजन आकाशातले तारे, ग्रहमालिका, रात्री आकाशात दिसणाऱ्या गमतीजमती पाहण्यात दंग होता. ग्रह-तारे पाहताना तो त्यांच्याबद्दल स्वतःशीच बडबड करत होता. त्याची अशी बडबड कृष्णस्वामीसाठी नवी नव्हती, पण त्यामुळे त्याच्या भावाची मात्र झोपमोड झाली. शेवटी तो प्रचंड वैतागला आणि त्याने पाण्याचा एक मोठा घडा रामानुजनच्या डोक्यावर ओतला. थंड पाण्यामुळे रामानुजनचं डोकं शांत होईल, असं त्याला वाटलं; पण रामानुजनला त्याचं काहीच वाटलं नाही. उलट त्या पाण्यामुळे गंगास्नानाचं पुण्य मिळालं असल्याचं सांगून ''आणखी एक घडा डोक्यावर ओतणार का?'' असं त्याने या भावाला विचारलं.

रामानुजनचे दिवस मजेत जात होते. १९११च्या त्या वर्षात एकंदरीतच महत्त्वाच्या घडामोडी घडत होत्या. त्याच वर्षी भारताची राजधानी कोलकाता बदलून दिल्ली करण्यात आली. त्याच वर्षी मद्रासमध्ये पहिल्यांदाच वीज आली... आणि रामानुजनचा पेपर इंडियन मॅथमॅटिकल सोसायटीच्या जर्नलमध्ये छापून आला! भारताच्या आणि पर्यायाने जगाच्या गणितात नवे बदल घडण्याची सुरुवात रामानुजनच्या त्या पेपरपासूनच होणार होती.

इंडियन मॅथमॅटिकल सोसायटीच्या रूपाने रामानुजनच्या आयुष्यात एक नवी, महत्त्वाची सुरुवात झाली. तोपर्यंत गावातल्या काही शिक्षकांना कोड्यात टाकणारी त्याची प्रमेयं आता प्रतिष्ठित जर्नलमध्ये छापून येणार होती आणि मुख्य म्हणजे, ती इतर

गणितप्रेमी लोकांपर्यंतसुद्धा पोहोचणार होती. तेव्हाच्या परिस्थितीत रामानुजनसाठी ही खूप मोठी गोष्ट होती. याच इंडियन मॅथमॅटिकल सोसायटीने रामानुजनच्या गणिती प्रवासात महत्त्वाची भूमिका बजावली. रामानुजनसारख्या तरुण, धडपड्या गणितींना वाव देणं, हे खरंतर ती सोसायटी सुरू करण्यामागचं एक कारण होतं. गणितप्रेमींना गणिताबद्दल नवनवी माहिती देणारी, त्यांचं गणिताबद्दलचं ज्ञान विस्तारणारी अद्ययावत पुस्तकं त्या काळात मिळत नव्हती. मुळात अशी पुस्तकं कुठून मिळवावीत, हेही त्यांना माहीत नव्हतं. युरोप, अमेरिकेसारख्या देशांत ज्याप्रमाणे फक्त गणिताला वाहिलेली जर्नल्स काढली जात होती, तशी जर्नल्स भारतात उपलब्ध नव्हती आणि बाहेरच्या देशांतली जर्नल्स मागवण्याचा खर्च परवडण्यासारखा नव्हता. यावर उपाय म्हणून सगळ्या गणितप्रेमींनी एकत्र येऊन सोसायटी सुरू करावी, सगळ्यांनी भरलेल्या वर्गणीच्या पैशांतून गणिताची पुस्तकं, जर्नल्स मागवली जावीत आणि ती सर्वांमध्ये फिरवली जावीत या हेतूने रामास्वामी अय्यर यांनी १९०६मध्ये मद्रास, म्हैसूर, कोइमतूर आणि दक्षिण भारतातल्या अशाच काही गावांमधल्या कॉलेजेसमध्ये काम करणाऱ्या शिक्षकांना एक पत्र लिहिलं. या पत्रात त्यांनी गणितप्रेमी शिक्षकांना एकत्र आणून मॅथमॅटिकल सोसायटी स्थापन करण्याची संकल्पना मांडली होती. त्यांचा हा विचार सगळ्यांना पटला. पहिल्यांदा वीस जणांनी मिळून 'ॲनलिटिकल क्लब' सुरू केला आणि पुढे त्याचंच नाव 'इंडियन मॅथमॅटिकल सोसायटी' ठेवलं गेलं. काही वर्षांनी या संस्थेने स्वतःचं जर्नल काढायलाही सुरुवात

केली. या जर्नलमध्ये गणिताचे शिक्षक, त्यांची भाषणं, पुस्तकं याची माहिती असायची. शिवाय, सगळेच सभासद गणितप्रेमी असल्यामुळे त्यांच्या बुद्धीला आव्हान देतील, अशी गणितंही त्यात दिलेली असायची. रामानुजनच्या गणितप्रेमाला दिशा दाखवण्यात, त्याला प्रोत्साहन देण्यात आणि त्यासाठी लागेल ती मदत करण्यात या संस्थेने आणि तिच्या सभासदांनी खूप मोठ्या प्रमाणात पुढाकार घेतला. १९१० साली रामास्वामी अय्यर आणि रामानुजनची भेट झाली होती. रामानुजनचे सेशू अय्यर सरही या संस्थेचे सभासद

होते. त्यांनी पुढाकार घेतल्यामुळेच रामानुजनने तयार केलेले काही प्रश्न संस्थेच्या जर्नलमध्ये छापण्यात आले. 'सम प्रॉपर्टीज ऑफ बर्नोली नंबर्स' या नावाने पंधरा पानांचा एक लेख, म्हणजेच हे प्रश्न त्या जर्नलमध्ये दिले होते. एरवी जर्नल छापून आल्यानंतर त्यात छापलेले प्रश्न सोडवण्यासाठी सदस्यांमध्ये चुरस असायची. ज्यांना प्रश्न सुटायचे, ते त्याची उत्तरं लिहून संस्थेकडे पाठवायचे. रामानुजनच्या प्रश्नांवर मात्र कुणाचंच उत्तर येईना. त्याच्या प्रश्नानंतर जर्नलचे तीन अंक येऊन गेले. तरीही कुणाकडून उत्तर आलं नाही. शेवटी सहा महिने झाल्यावर रामानुजनने स्वतःच त्या प्रश्नांची उत्तरं लिहून छापायला दिली. त्याच्या नेहमीच्या शैलीप्रमाणे ही उत्तरंही संक्षिप्त होती.

जी. एच. हार्डी

इंडियन मॅथमॅटिकल सोसायटीच्या जर्नलमध्ये गणितं छापून यायला लागल्यापासून रामानुजनची दखल घेतली जात होती. सोसायटीच्या तज्ज्ञ, अनुभवी शिक्षकांनाही कोड्यात टाकणारा हा रामानुजन नक्की कोण होता, या विषयी चर्चा व्हायला लागली होती. एकदा के. एस. श्रीनिवासन रामानुजनला भेटायला समर हाउसमध्ये आला होता. श्रीनिवासन मद्रास ख्रिश्चन कॉलेजमध्ये शिकत होता आणि रामानुजनच्याच कुंबकोणम गावचा होता.

समर हाउसमधल्या त्याच्या खोलीत शिरता शिरता श्रीनिवासन रामानुजनला म्हणाला, ''रामानजू, तुला सगळे जण जिनीयस म्हणतात.''

''कसला जिनीयस घेऊन बसलायस! इथे येऊन माझ्या हातांची काळी, घट्टे पडलेली ढोपरं बघा म्हणावं!''

''काय झालंय पण तुझ्या ढोपरांना? ती अशी का झालीयेत?'' श्रीनिवासनने विचारलं.

''प्रमेयं सोडवण्यासाठी मला कागद घेणं परवडत नाही. त्यामुळे मला पाटी-पेन्सिलच वापरावी लागते आणि दर काही सेकंदांना फडकं घेऊन कोण पाटी पुसत बसणार! माझ्याकडे तेवढा वेळ नाही. मग काय, मी ढोपरानेच पाटी पुसतो.'' रामानुजनने सांगितलं.

''असे कितीसे कागद लागतात तुला?'' श्रीनिवासनने जरा

आश्चर्याने विचारलं.

"महिन्याला कमीत कमी दोन हजार तरी लागतात.""

रामानुजनचं हे उत्तर ऐकून श्रीनिवासन अवाक झाला. रामचंद्र राव पाठवत असलेले पैसे कागदावर खर्च करणं शक्य नव्हतं. नाहीतर रामानुजनला जेवायला मिळालं नसतं. कधी कागद घेणं परवडलंच, तर तो ते अगदी जपून वापरायचा. रामानुजनचा मित्र रामास्वामी अय्यर एकदा त्याच्या खोलीवर गेला होता, तेव्हा दिसलेल्या दृष्याबद्दल त्याने लिहून ठेवलंय, 'मी रामानुजनच्या खोलीत गेलो, तेव्हा तो एका चटईवर पडून कागदावर घाईघाईने काहीतरी आकडेमोड करत होता. सगळ्या खोलीत फक्त कागदांचाच पसारा दिसत होता. त्याचे कपडे खूप मळलेले, जुनकट आणि उसवलेले होते. त्याने त्याचे मोठे केस कुठल्यातरी दोऱ्याने बांधलेले होते, मात्र तरीही ते खूप विस्कटलेले होते; आणि त्याला यातल्या कशाचंच भान नव्हतं. मी नीट पाहिलं, तेव्हा माझ्या लक्षात आलं की, रामानुजन ज्या कागदांवर लिहीत होता, ते त्याने आधी खूपदा वापरलेले होते. कागद मिळाला, तर तो त्याच्यावर आधी शिसपेन्सिलीने लिहायचा आणि मग लाल शाईचं पेन वापरून तोच कागद दुसऱ्यांदा वापरायचा.' असं म्हणतात की, प्रमेयं सोडवण्यासाठी, नवे शोध लावण्यासाठी रामानुजनने केलेली ती आकडेमोड, दरम्यान सुचलेली काही नवी प्रमेयं किंवा किमान प्रमेयं सोडवताना त्या वेळच्या पायऱ्या लिहून ठेवल्या गेल्या असत्या, तर जग एका महत्त्वाच्या संशोधनाला आणि त्याच्या प्रक्रियेला मुकलं नसतं.

जी. एच. हार्डी ∞ ५३

रामानुजनने त्याचं सगळं महत्त्वाचं काम लिहून ठेवलेली वही आता जुनी झाली होती. कितीतरी जणांनी हाताळल्यामुळे ती खराब व्हायला लागली होती. त्यामुळे रामानुजनचं काम शाबूत राहावं म्हणून रामचंद्र रावांनी त्या वहीतली सगळी प्रमेयं रामानुजनला नव्या वहीत परत लिहून काढायला सांगितलं. दुसरी वही लिहिताना रामानुजनने काही बदल केले, नवी प्रमेयंही लिहून ठेवली.

समर हाउसमध्ये राहत असताना रामानुजनने गणिताशिवाय दुसरं काहीच केलं नाही. तिथे तो छान रुळला होता. मॅथमॅटिकल सोसायटीच्या जर्नल्सच्या प्रत्येक अंकासाठी तो नवी समीकरणं सोडवायला द्यायचा. त्याची समीकरणं सभासदांना आवडायला लागली होती. ती समीकरणं म्हणजे त्यांच्या डोक्याला चालना असायची. असं जवळपास वर्षभर सुरू होतं. मग मात्र रामानुजनला स्वत:च्या पायावर उभं राहून पैसा कमवावासा वाटायला लागला. रामचंद्र रावांच्या पैशांवर इतके दिवस राहणं नकोसं वाटायला लागलं. म्हणून मग त्याने स्वतःहूनच नोकरी शोधायला सुरुवात केली. सुदैवाने कुणाच्यातरी ओळखीतून त्याला 'मद्रास अकाउंटंट जनरलच्या' ऑफिसमध्ये कारकुनाची नोकरी मिळाली, पण ती नोकरी तात्पुरती असल्यामुळे दोनच आठवड्यांत रामानुजन परत बेकार झाला. मग त्याने दुसरी नोकरी शोधायला सुरुवात केली. नोकरी करायचा रामानुजनचा विचार पक्का असल्याचं पाहून रावांनीही त्याला मदत करायचं ठरवलं. सरकारी खात्यांमध्ये रावांच्या शब्दाला किंमत होती. त्यांनी रामानुजनला नोकरीचा अर्ज करणारं एक पत्र लिहायला सांगितलं. रामानुजनने लिहिलेल्या पत्राला प्रेसिडेन्सी कॉलेजमधले

शिक्षक ई. डब्ल्यू. मिडलमस्ट यांनी शिफारसीचं पत्र जोडलं. खरंतर हे पत्र नावापुरतंच होतं. रामानुजनला नोकरी मिळण्याची व्यवस्था रामचंद्र रावांनी आधीच करून ठेवली होती. ही नोकरी 'मद्रास पोर्ट ट्रस्ट'मधली होती.

ब्रिटिशांसाठी मद्रास पोर्ट फार महत्त्वाचं होतं. दर वर्षी तिथे हजारो जहाजं यायची. तिथून आयात-निर्यातीचं काम मोठ्या प्रमाणावर चालायचं. १९०४ साली या पोर्टमध्ये काही महत्त्वाचे बदल करण्याचा निर्णय घेतला गेला. त्या कामासाठी ब्रिटिशांनी सर फ्रान्सिस स्प्रिंग यांची नेमणूक केली. सर फ्रान्सिस हे एक जबरदस्त व्यक्तिमत्त्व होतं. परदेशातल्या नामवंत कॉलेजमध्ये शिक्षण घेतलेल्या सर फ्रान्सिसने १८७० साली भारतात सरकारी नोकरी करणं पसंत केलं. दक्षिण भारतात रेल्वेचा विकास करण्यात त्यांचा मोठा वाटा आहे. मद्रास पोर्ट ट्रस्टमध्ये नोकरीसाठी येताना त्यांनी त्यांच्यासोबत नारायण अय्यर यांनाही आणलं होतं. स्वतःच्या सेवेत असलेल्या, कारकून म्हणून काम करणाऱ्या हुशार लोकांसाठी ब्रिटिशांनी कॉलेज सुरू केलं होतं. नारायण अय्यर त्यातूनच पुढे आले होते. मद्रास पोर्टमध्ये ते मुख्य अकाउंटंट म्हणून काम करत होते आणि सर फ्रान्सिस यांच्या मर्जीतले होते. आता त्यांच्याच हाताखाली रामानुजन काम करणार होता. रामानुजनच्या पुढच्या वाटचालीत या दोघांची मोलाची मदत होणार होती! अर्थात, याची त्या तिघांनाही कल्पना नव्हती. भविष्यातला जागतिक कीर्तीचा गणिती रामानुजन थोड्याच दिवसांत तिसऱ्या श्रेणीतला चौथा कारकून म्हणून महिना तीस रुपये पगारावर रुजू झाला.

नोकरीमुळे रामानुजनचं रूटिन एकदम बदललं. इतके दिवस तो फक्त गणितातच रमलेला असायचा. आता मात्र दिवसभर नोकरी केल्यानंतर उरलेला वेळच गणितासाठी देता यायचा. दिवसभर ऑफिसमध्ये काम झाल्यावर संध्याकाळी घरी येऊन पहाटे सहा वाजेपर्यंत तो गणितात बुडून जायचा. मग कशीबशी दोन-तीन तासांची झोप काढून तो धावतपळत ऑफिसला पोहोचायचा. याच दरम्यान, म्हणजे १९१२मध्ये त्याची पत्नी जानकी आणि आईही त्याच्याबरोबर मद्रासला राहायला आल्या. ऑफिसमध्ये खूप काम नसायचं, म्हणून मग तो हळूहळू चक्क ऑफिसमध्येही गणिताचंच काम करायला लागला. सर फ्रान्सिस आणि अय्यर यांना ते माहीत होतं, मात्र त्यांनी त्याला कधी आडकाठी केली नाही. अय्यर स्वतः गणितप्रेमी आणि इंडियन मॅथमॅटिकल सोसायटीचे खजिनदार होते. रामानुजनच्या अफाट बुद्धिमत्तेची त्यांना चांगलीच कल्पना होती. पुढे जाऊन तो खूप यशस्वी होणार असल्याबद्दल त्यांना विश्वास होता.

हळूहळू रामानुजन नोकरीत रुळला. खरंतर ऑफिसमधला बहुतेक वेळ तो गणितातच बुडाला असल्याने त्याला फारकाही वेगळं वाटत नव्हतं. मात्र त्याच्या या गोष्टीची ऑफिसमध्ये, विशेषतः इतर ब्रिटिश अधिकाऱ्यांमध्ये चर्चा व्हायला लागली. रामानुजनला एवढी सवलत देण्याइतका तो खरंच असामान्य होता का, याची बऱ्याच जणांना शंका होती. कित्येकांना तो वेडपटही वाटायचा. या सगळ्याचा रामानुजनवर फारसा परिणाम होत नसला, तरी आता त्याला पुढचा मार्ग दिसत नव्हता.

शिक्षण पूर्ण करणं शक्य नव्हतं, नोकरीतही फार काळ मन रमणं अवघड होतं, गणितात संशोधन सुरू होतं, इंडियन मॅथमॅटिकल सोसाटीमुळे इतर गणितप्रेमींशी त्याची मैत्री झाली होती, बाहेरच्या देशांतली जर्नल्स मिळत असल्यामुळे नवं काहीतरी शिकता येत होतं... पण या सगळ्याचा काय उपयोग होता? बाकी सगळं ठीक सुरू असलं, तरी यातून पुढे काय होणार होतं? तो गणितात करत असलेल्या संशोधनाचं भविष्य काय होतं? ते कोण तपासणार होतं? ते बरोबर होतं की चूक? असे नाना प्रश्न आता रामानुजनला पडायला लागले होते. भविष्यात गणितात काहीतरी करण्यासाठी त्याला नक्कीच वेगळे प्रयत्न करावे लागणार होते! एक दिवस त्याला अचानक पाचियप्पा कॉलेजमधले त्याचे शिक्षक सिंगारवेळू मुदलियार सरांचे शब्द आठवले, ''तुझ्या संशोधनाचं इथे काही होणार नाही. तू केंब्रिजला जावंस.'' असा सल्ला त्यांनी दिला होता. मुदलियार सरांप्रमाणेच कुंबकोणमच्या कॉलेजमधल्या भवानीस्वामी राव सरांनीही त्याला हाच सल्ला दिला होता. खरंतर काही दिवसांपूर्वी नारायण अय्यर यांनीसुद्धा त्याला परदेशी विद्यापीठात जाण्याचा सल्ला दिला होता. सुरुवातीला रामानुजने त्यांचं बोलणं फारसं मनावर घेतलं नव्हतं; पण त्या सगळ्यांच्याच बोलण्यात तथ्य असल्याचं त्याच्या हळूहळू लक्षात येत होतं.

तेव्हाच्या काळात केंब्रिजला जाण्याचा नुसता विचार करणंसुद्धा अवघड गोष्ट होती. मग तिकडे जाण्याचा खर्च आणि बाकीच्या गोष्टी तर दूरच राहिल्या! शिवाय, तिथे जाऊन रामानुजनला नेमकं काय करायचं होतं, हेही त्याला नीटसं उमगलं नव्हतं. मग

सगळ्यांनी त्याला केंब्रिजमधल्या काही प्रोफेसर्सना पत्र लिहायला सांगितलं. तिथल्या प्रसिद्ध प्रोफेसर्सपैकी कुणीतरी रामानुजनला विद्यार्थी म्हणून स्वीकारलं असतं, तर त्याचा पुढचा मार्ग सोपा झाला असता, यावर सगळ्यांचं एकमत झालं. सर फ्रान्सिस, नारायण अय्यर, सेशू अय्यर सर या सगळ्यांनी रामानुजनला पत्र लिहायला मदत केली. कुणाकुणाला पत्र पाठवायचं, याची यादी त्यांनी तयार केली. रामानुजनने पत्राला स्वतः तयार केलेल्या प्रमेयांचे कागद जोडले. केंब्रिजचे प्रोफेसर एच. एफ. बेकर यांना त्याने पहिलं पत्र पाठवलं. बेकर अत्यंत हुशार गणिती होतेच, शिवाय त्यांनी लंडन मॅथमॅटिकल सोसायटीचे अध्यक्ष म्हणून दोन वर्षं कामही केलं होतं. त्यांनी काहीही उत्तर न देता रामानुजनचे कागद जसेच्या तसे परत पाठवून दिले. मग रामानुजनने एच. व्ही. हॉब्सन यांना पत्र लिहिलं. तेसुद्धा केंब्रिजमध्ये गणिताचे प्रोफेसर होते. बेकर यांच्याप्रमाणे त्यांनीही उत्तर न देताच रामानुजनचे कागद परत पाठवले. तरीही निराश न होता रामानुजनने प्रोफेसर जी. एच. हार्डी यांना पुढचं पत्र लिहिलं. हार्डींनी तातडीने उत्तर पाठवलं, 'हो, मी तुला विद्यार्थी म्हणून स्वीकारायला तयार आहे.'

भारतीय कारकुनाची पत्रं

भारतापासून पाच हजार मैल दूर इंग्लंडमध्ये नुकतीच सकाळ झाली होती. नेहमीच्या बर्फाळ वातावरणामुळे सकाळ अगदी रम्य नसली, तरी प्रसन्न होती. गॉडफ्रे हेरॉल्ड अर्थात जी. एच. हार्डी नेहमीच्या रूटिनप्रमाणे सगळं आवरून ब्रेकफास्ट टेबलवर आले. टेबलवर त्यांच्या आवडीचा नाश्ता आणि 'लंडन टाइम्स' सज्ज ठेवलेले होते. हार्डींना क्रिकेट खूप आवडायचं. रोज नाश्ता करताना ते न चुकता त्यासाठीच लंडन टाइम्स वाचायचे. त्या दिवशी मात्र ब्रेकफास्ट टेबलवर एक जाडजूड पाकीट त्यांची वाट पाहत होतं. चिकार भारतीय स्टॅम्प्स लावलेल्या त्या पाकिटावर लिहिलं होतं, 'मद्रास, १६ जानेवारी १९१३'. त्या पाकिटात असलेलं पत्र वाचल्यानंतर हार्डींच्या आयुष्यात एक नवं पर्व सुरू होणार असल्याची हार्डींना कल्पनाही नव्हती. किंबहुना ते पत्र येईपर्यंतचं त्यांचं आयुष्य छान, सुरळीत चालू होतं.

हेरॉल्ड लहानपणापासूनच खूप हुशार होता. फक्त दोन वर्षांचा असताना त्याला लाखांपर्यंतचे आकडे लिहायला यायचे. बडबडगीतं म्हणावीत, तसे तो एकाच वेळी अनेक आकड्यांचे गुणाकार-भागाकार करायचा. सुदैवाने आई-वडील शिक्षकी पेशात असल्याने त्यांनी त्याची हुशारी वेळीच ओळखली. लहानपणी हेरॉल्ड खूप हुशार असला, तरी त्याला गणितात विशेष असा रस नव्हता. तसा

तो प्रत्येक विषयातच हुशार होता. सगळ्या परीक्षांमध्ये पहिला
यायचा, मात्र बक्षीस घेण्यासाठी सगळ्यांसमोर स्टेजवर जायला
त्याला अजिबात आवडत नसे. त्या बाबतीत तो खूप लाजाळू
होता. त्याला लिखाणाची मात्र फार आवड होती. शाळेच्या वृत्तपत्रात
तो नेहमी काहीतरी लिहायचा. चांगल्या साहित्यिकांची पुस्तकंही
वाचायचा. दरम्यान, त्याच्या शाळेत क्लार्क नावाचे एक नवीन
शिक्षक आले होते. केंब्रिजमधल्या एका चांगल्या कॉलेजमधल्या
गणिताच्या मोजक्याच हुशार विद्यार्थ्यांपैकी ते एक होते. शिवाय ते
रँग्लर होते. त्यांच्याकडे असलेलं गणिताचं ज्ञान विद्यार्थ्यांमध्ये
रुजवण्याचा त्यांच्यात उत्साह होता. हेरॉल्ड सगळ्या विषयांत हुशार

असला, तरी गणितातली त्याची गती विशेष असल्याचं त्यांनी हेरलं आणि हळूहळू त्याचं लक्ष गणितावर केंद्रित करायला सुरूवात केली. त्यानंतर हेरॉल्ड कधीच गणिताच्या नेहमीच्या तासांना बसला नाही. हळूहळू त्याच्यातली गणिती कौशल्यं बहरत गेली. वयाच्या विसाव्या वर्षापासूनच तो गणिताबद्दल लिहायला लागला. त्याने गणितावर शेकडो पेपर्स आणि तीन पुस्तकं लिहिली. त्यामुळे अगदी लहान वयातच हेरॉल्ड जी. एच. हार्डी या नावाने प्रसिद्ध झाले. केंब्रिजच्या, गणितीसाठी सर्वेसर्वा असलेल्या ट्रिनिटी कॉलेजचे ते फेलो होते. 'रॉयल सोसायटी' या इंग्लंडमधल्या शास्त्रज्ञांच्या प्रसिद्ध सोसायटीचे ते मेंबर होते. त्यांना तरुण वयातच लंडन मॅथमॅटिकल सोसायटीसारख्या प्रतिष्ठित संस्थेसाठी तीन वर्षं काम करण्याची संधी मिळाली होती. त्या काळच्या बऱ्याचशा गणितींवर हार्डींचा खूप प्रभाव होता. गणिताच्या क्षेत्रातल्या थोरामोठ्यांबरोबर हार्डींची उठबस होती. विशेष म्हणजे, वयाच्या पस्तिशीतच एवढं सगळं त्यांच्या गाठी होतं. लंडनसारख्या आधुनिक, मोठ्या शहरात आणि एका चांगल्या कुटुंबात हार्डी वाढलेले होते. स्वत:ची गुणवत्ता सिद्ध करण्यासाठी त्यांना विशेष झगडावं लागलं नव्हतं. त्यांची गुणवत्ता त्यांच्या आई-वडलांपासून शिक्षकांपर्यंत प्रत्येकाच्या वेळीच लक्षात आली होती. हार्डी एका मध्यमवर्गीय, बऱ्यापैकी सधन घरात वाढले होते आणि पुढेही त्यांची जीवनशैली तशीच राहिली होती. तसंच ते अगदी लहानपणापासून पक्के नास्तिक होते.

खरंतर आता हार्डींची ओळख त्यांच्या आयुष्यापेक्षा पूर्णपणे आणि सर्व अर्थांनी विपरीत आयुष्य जगलेल्या रामानुजनशी होऊ

घातली होती; पण तरीही या दोघांना जोडण्यासाठी केवळ एकच दुवा पुरेसा ठरला होता. - दोघांचं गणितावरचं निरतिशय प्रेम! फक्त पत्रावरून रामानुजनचं असामान्यत्व ओळखणारे आणि ते मान्य करणारे हार्डी हे पहिलेच गणिती होते. अर्थात, हेही काही पटकन घडलं नाही.

ब्रेकफास्ट टेबलवर फक्त लंडन टाइम्स वाचणाऱ्या हार्डींनी त्या दिवशी मात्र 'भारतासारख्या देशातून कुणी पत्र पाठवलं असेल', या कुतूहलानेच रामानुजनचं पत्र उघडलं...

डियर सर,

आय बेग टू इंट्रोड्यूस मायसेल्फ ॲज ए क्लार्क इन द अकाउंट्स डिपार्टमेंट ऑफ द पोर्ट ट्रस्ट ऑफिस इन मद्रास ऑन ए सॅलरी ऑफ २० पाऊंड... मी २३ वर्षांचा आहे आणि आत्तापर्यंत कुठल्याच विद्यापीठातून शिक्षण घेतलेलं नाही. मी फक्त एका साध्या शाळेत शिकलेलो आहे. गणितात संशोधन करता यावं म्हणून शाळा संपल्यापासून मिळेल ते काम करून मी माझं पोट भरतो. विद्यापीठात शिकवल्या जाणाऱ्या पारंपरिक शिक्षणपद्धतीनुसार मी शिकलेलो नाही. मी स्वतःच स्वतःचा नवा मार्ग शोधण्याचा प्रयत्न करतो आहे. मी भिन्न आकड्यांच्या मालिकेवर (डायव्हर्जंट सीरिज इन जनरल) संशोधन केलेलं असून त्यातून पुढे आलेले निष्कर्ष अतिशय थक्क करणारे असल्याचं इथल्या स्थानिक गणितींचं मत आहे.

भारतातल्या कुठल्यातरी गावातून आलेलं एका गरीब कारकुनाचं ते पत्र हार्डींना बुचकळ्यात टाकणारं होतं. एकीकडे तो कुठलंच औपचारिक शिक्षण घेतलं नसल्याचं सांगत होता आणि दुसरीकडे भिन्न आकड्यांवर संशोधन केल्याचं म्हणत होता. त्यामुळे काहीशा अविश्वासानेच हार्डींनी उरलेला मजकूर वाचायला सुरुवात केली.

सोबत जोडलेले पेपर्स वाचावेत, अशी मी विनंती करतो. त्यात तुम्हाला जर काही तथ्य जाणवलं, तर कृपया तुम्हीच ते प्रकाशित करा, कारण मी खूप गरीब आहे. पेपर्समध्ये दिलेली प्रमेयं प्रत्यक्षात कशी सिद्ध झाली, याच्या सविस्तर पायऱ्या मी दिलेल्या नाहीत. मात्र ज्या पायऱ्यांच्या आधारे मी त्या प्रमेयांपर्यंत पोहोचलो, त्या पायऱ्या मी ठळक केल्या आहेत. माझ्याकडे फारसा अनुभव नसल्यामुळे आपल्या सल्ल्याची अपेक्षा आहे. तुम्हाला देत असलेल्या त्रासाबद्दल क्षमस्व.

फक्त आपलाच
एस. रामानुजन

एवढं लिहून रामानुजनने नऊ पानं त्या पत्राला जोडली होती. त्यात त्याने बर्नोली आकड्यांवर केलेलं संशोधन होतं. ती पानं वाचल्यानंतर काही सेकंदांसाठी हार्डींचं डोकं बंद पडल्यासारखं झालं, कारण त्यात प्राइम नंबर्सची एक्सप्रेशन्स सापडल्याचं आणि

ती निष्कर्षच्या खूप जवळ जाणारी असल्याचं रामानुजनने म्हटलं होतं. शिवाय, त्याच्या म्हणण्याप्रमाणे, त्यातल्या काही चुका अगदीच किरकोळ असल्याने नजरेआड करता येण्यासारख्या होत्या. म्हणजे अख्ख्या गणितविश्वाला माहीत असलेला, लिजेंडरे आणि गॉससारख्या आद्य गणितींनी मांडलेला प्राइम नंबर्सचा सिद्धान्त अपूर्ण असल्याचं आणि भारतातल्या कुठल्यातरी कारकुनाकडे त्याची जास्त चांगली कारणं असल्याचं रामानुजनचं म्हणणं हार्डींच्या पचनी पडत नव्हतं.

पण कुठल्यातरी अनोळखी माणसांकडून येणारी अशी पत्रं, दावे ही हार्डींसाठी काही नवीन गोष्ट नव्हती. तरीही रामानुजनने जोडलेले पेपर्स ते उत्सुकतेने वाचायला लागले. एखाद्या शाळेत जाणाऱ्या मुलासारख्या हस्ताक्षरातले ते कागद वाचताना हार्डी नकळतपणे गुंतून गेले. सगळे कागद वाचून झाल्यावर त्यांनी ते चक्क बाजूला ठेवून दिले आणि त्यांच्या आवडीचा लंडन टाइम्स वाचायला घेतला. रोज नाश्ता झाल्यावर हार्डी सकाळी ९ ते दुपारी एक वाजेपर्यंत गणितावर काम करायचे. त्यानंतर घरीच थोडंसं जेवून विद्यापीठात टेनिस खेळायला जायचे. त्या दिवशीही त्यांचा दिनक्रम नेहमीसारखाच सुरू होता; पण मनाच्या एका कोपऱ्यात मात्र रामानुजनच्या प्रमेयांवर विचार सुरू होता. एका बाजूला त्यांना ती प्रमेयं अनाकलनीय, विचित्र वाटत होती. अशी प्रमेयं त्यांनी तोपर्यंत कधीच पाहिलेली नव्हती, मात्र तरीही त्यांना त्यांवर विचार करावासा वाटत होता. काहीही झालं, तरी ते त्यांच्या दिनक्रमात जरासाही बदल करत नसत; पण त्या दिवशी मात्र रामानुजनच्या

पत्राचा विषय त्यांच्या डोक्यातून काही केल्या जात नव्हता. ही पत्रं म्हणजे काहीतरी वेगळंच प्रकरण असल्याचं आता त्यांना तीव्रतेने वाटायला लागलं होतं. अखेरीस, तो माणूस खरंच बुद्धिमान होता की फसवा होता, हेच त्यांना ठरवता येईनासं झालं. शेवटी त्यांनी ते सगळं लिटिलवूडना दाखवायचं ठरवलं.

जॉन लिटिलवूड हार्डींचे सहकारी होते. १९०६मध्ये लंडन मॅथमॅटिकल सोसायटीमध्ये त्यांनी मांडलेल्या एका पेपरवर आक्षेप घेण्यात आले होते. तेव्हा ते तपासणीसाठी हार्डींकडे आले होते. तेव्हा झालेल्या त्यांच्या ओळखीचं रूपांतर पुढे दाट मैत्रीत झालं होतं. मग गणिताच्या क्षेत्रात दोघं एकत्र काम करायला लागले. तेव्हा गमतीने म्हटलं जायचं की, 'जगात तीनच महान गणिती आहेत. हार्डी, लिटिलवूड आणि हार्डी-लिटिलवूड!' दोघांची घरंही अगदी जवळ होती. तरीही दोघं एकमेकांना पत्र पाठवायचे किंवा कुणाच्यातरी हाती निरोप पाठवायचे. उगाच भेट घेऊन बोलत बसण्याचा दोघांचाही स्वभाव नव्हता. त्या दिवशी मात्र हार्डींनी लिटिलवूडना रात्री ताबडतोब भेटण्यासाठी निरोप पाठवला.

रात्री नऊच्या दरम्यान हार्डी लिटिलवूडच्या घरी त्यांना भेटायला गेले. लिटिलवूडही त्यांचीच वाट पाहत होते. लिटिलवूड भेटल्यावर काही न बोलता हार्डींनी जमिनीवर रामानुजनचे कागद मांडले आणि दोघंही समोर ठाण मांडून बसले. हजारो मैल दूर असलेल्या एका अनोळखी कारकुनाने लिहिलेली ती प्रमेयं खरी होती की चेष्टा होती, हे त्यांना शोधून काढायचं होतं.

वेळ जात होता. घड्याळाचे काटे पुढे सरकत होते. मात्र

हार्डी-लिटिलवूडना वेळेचं भान उरलेलं नव्हतं. रामानुजनच्या प्रमेयांमध्ये ते दोघंही हरवून गेले होते. तोपर्यंत त्यांनी केलेला गणिताचा अभ्यास, त्यांचं ज्ञान अक्षरशः पणाला लागलं होतं. तरीही त्यांच्यासारख्या हुशार गणितींना त्यातल्या कितीतरी प्रमेयांचा खुलासा काही केल्या होत नव्हता. तीन तास उलटले, तरी दोघं त्या कागदांसमोरून तसूभरही हलले नव्हते. त्या वेळच्या मन:स्थितीबद्दल हार्डींनी लिहून ठेवलं आहे, 'मी सपशेल हरलो होतो. तोपर्यंत मी असं काही पाहिलेलंच नव्हतं. त्या कागदांवर नुसती एक नजर टाकल्यानंतरही एखाद्या असामान्य प्रतिभेच्या गणितीने ते लिहिले असल्याचं सहज समजत होतं. अखेर ती प्रमेयं खरीच असणार, याची आम्हाला खात्री पटली. खरी असणार, कारण असं काहीतरी लिहिण्याची कल्पनाशक्तीही कुणाकडे असू शकत नाही.'

हार्डी-लिटिलवूड रामानुजनच्या प्रमेयांनी प्रचंड प्रभावित झाले होते. या प्रमेयांनी त्या दोघांच्या बुद्धीला चांगलंच आव्हान दिलं होतं. 'रामानुजनच्या प्रमेयांमध्ये डोळ्यांना दिसतं, त्यापेक्षा अधिक काहीतरी असतं. कधी ते त्या प्रमेयांच्या आसपासच असतं, तर कधी त्यांच्या मुळाशी गेल्याशिवाय ते कळत नाही. एक मात्र नक्की की, त्यांचं प्रत्येक प्रमेय उत्सुकता ताणणारं आणि मनोरंजक असतं...' असंही हार्डींनी लिहून ठेवलं आहे. रामानुजनची प्रमेयं सोडवता सोडवता मध्यरात्र कधी उलटून गेली, याचा त्या दोघांनाही पत्ता लागला नाही.

स्पेशल रिसर्च स्टुडंट

रामानुजनच्या प्रमेयांमुळे अनुभवलेलं झपाटलेपण डोक्यात घेऊनच हार्डी त्या दिवशी झोपायला गेले. झोपतानाही त्यांच्या डोक्यात रामानुजनच्या प्रमेयांचेच विचार होते.

दुसऱ्या दिवशी हार्डी उत्साहात भल्या सकाळीच केंब्रिजमध्ये पोहोचले. इतर गणिती सहकाऱ्यांना रामानुजनची प्रमेयं दाखवण्याची त्यांना घाई झाली होती. त्यांचे सहकारी ई. एच. नेव्हिल यांनी त्या दिवसाबद्दल तपशीलवार लिहून ठेवलं आहे. ते लिहितात, 'त्या वेळी रामानुजनच्या पत्रांमुळे तयार झालेलं चैतन्य केंब्रिजच्या गणितींच्या वर्तुळात वावरणारं कोणीही कधीच विसरू शकणार नाही.' गणित आणि त्याच्याशी संबंधित कितीतरी विषयांतल्या तज्ज्ञांना हार्डींनी ती प्रमेयं दाखवली. या सगळ्या गोंधळात रामानुजनच्या मूळ पत्रातलं पहिलं पान कुठेतरी हरवलं. त्याच्या बुद्धीने केंब्रिजमधल्या भल्याभल्या गणितींनाही भारावून टाकलं होतं. रामानुजनला मात्र याची काहीच कल्पना नव्हती. रामानुजनच्या प्रमेयांबद्दल इतर तज्ज्ञांची मतं आजमावत असतानाच हार्डींनी लंडनमधल्या भारतीय मुख्यालयाला रामानुजनबद्दल सांगून ठेवलं. ते त्याला लवकरच केंब्रिजमध्ये बोलवणार असल्याची कल्पनाही दिली.

इतकं होईपर्यंत फेब्रुवारी महिन्याची आठ तारीख उजाडली होती. अजून त्यांनी रामानुजनला त्याच्या पत्राचं उत्तर पाठवलेलं

नव्हतं. एका प्रसन्न सकाळी त्यांनी ते पत्र लिहायला घेतलं.

डियर सर,

तुम्ही पाठवलेल्या पत्रात आणि विशेषतः प्रमेयांमध्ये मला प्रचंड रस निर्माण झाला आहे...

काहीही करून रामानुजनने ते पत्र वाचावं, म्हणून हार्डींनी सुरुवातीलाच त्याला कुतूहल वाटेल असं वाक्य लिहिलं. मात्र त्यानंतरच्या जवळपास प्रत्येक वाक्यात त्यांनी रामानुजनच्या प्रमेयांचा पुरावा किंवा त्यांचा खुलासा करण्याबद्दल लिहिलं होतं. रामानुजनने लिहिलेली उत्तरं पुरेशी नसल्याने त्याच्या कौशल्यांवर पूर्णपणे विश्वास ठेवण्यासाठी हे खुलासे आवश्यक असल्याचं हार्डींनी त्यांच्या पत्रात ठासून लिहिलं होतं. रामानुजनला प्रोत्साहन मिळेल, असं बरंचकाही हार्डींनी पत्रात लिहिलेलं असलं, तरीही त्यांनी रामानुजनवर पूर्ण विश्वास दाखवलेला नव्हता. त्यासाठी रामानुजनला त्याच्या प्रमेयांचे सविस्तर खुलासे करून पाठवावे लागणार होते.

रामानुजनला हार्डींचं पत्र मिळेपर्यंत फेब्रुवारीचा जवळपास तिसरा आठवडा उजाडला; पण हार्डींना रामानुजनचं काम आवडलं असल्याची बातमी पत्राआधीच मद्रासमध्ये पोहोचली होती, कारण रामानुजनला पत्र लिहिण्यापूर्वीच हार्डींनी लंडनमधल्या भारतीय मुख्यालयाला आणि मद्रासमधल्या भारतीय विद्यार्थ्यांसाठीच्या सल्लागार समितीला पत्र पाठवलेलं होतं. त्यामुळे हार्डींना रामानुजनचं काम आवडलं असल्याची आणि ते त्याला केंब्रिजला बोलवण्याचा विचार करत असल्याची बातमी मद्रासच्या गणिती वर्तुळात पसरायला

वेळ लागला नाही. रामानुजनचं काम थेट हार्डींच्या पसंतीला उतरल्याने त्याच्या बुद्धीविषयी शंका घेणं एकदम बंद झालं. सगळे जण त्याच्याकडे आदराने पाहायला लागले. गेली जवळपास दहा वर्षं रडतखडत चाललेल्या रामानुजनच्या गणिताच्या गाडीने हार्डींच्या एका पत्रामुळे वेग घेतला. प्रत्येक वेळी स्वतःच्या बुद्धीवर, कामावर घेतल्या जाणाऱ्या शंकांनी रामानुजन खूप कंटाळला होता. हार्डींमुळे पहिल्यांदाच त्याच्या ज्ञानाला 'मान्यता' मिळाली होती आणि त्याचं काम इतक्या गांभीर्याने घेतलं गेलं होतं.

२७ फेब्रुवारीला रामानुजनने हार्डींसाठी दुसरं पत्र लिहायला घेतलं. या पत्रातही भरपूर प्रमेयं लिहिलेली होती. 'माझ्या कामाकडे सहानुभूतीने पाहणारा एक मित्र मला तुमच्या रूपाने सापडला आहे', असंही रामानुजनने त्यात लिहिलं होतं. तोपर्यंत कराव्या लागलेल्या संघर्षाने रामानुजन थकून गेला होता. गणिताकडे पूर्ण लक्ष देता यावं, यासाठी त्याला पैशांची गरज होती. दोन वेळच्या जेवणाचा प्रश्न सुटला असता, तरच त्याला आणखी संशोधन करता येणार होतं. म्हणून रामानुजनने पत्रात स्पष्ट लिहिलं, 'तुमच्या पत्रामुळे माझ्या कामाला पहिल्यांदाच मान्यता मिळाली आहे. मात्र मला जिवंत राहण्यासाठी दोन वेळच्या अन्नाची भ्रांत आहे. तुम्ही माझ्या ज्ञानाला मान्यता देणारं एखादं पत्र लिहिल्यास, ते दाखवून मला भारत सरकार किंवा विद्यापीठाकडून किमान एखादी स्कॉलरशिप मिळवता येईल.'

दरम्यान रामानुजनच्या बुद्धिमत्तेला गांभीर्याने घ्यायला लावणारी आणखी एक घटना घडली. त्या काळी गिल्बर्ट वॉकर हे ब्रिटिश

अधिकारी सिमल्याला असलेल्या इंडियन मेट्रोलॉजिकल डिपार्टमेंटचे, म्हणजेच भारतीय हवामान खात्याचे प्रमुख होते. गिल्बर्ट स्वतः ट्रिनिटी कॉलेजचे फेलो आणि गणिताचे प्रोफेसर होते. मात्र त्यांना हवामान खात्याच्या कामाचा काहीच अनुभव नव्हता. इंग्रजांना व्यापारासाठी भारतातल्या पावसाचा योग्य अंदाज बांधणं फार महत्त्वाचं होतं; पण हवामान खात्याचे अंदाज सलग काही वर्षं चुकतच होते. 'गिल्बर्टना मदत करेल, असा त्यांच्या तोडीचा एखादा गणिती मिळाला, तर हे काम सोपं होईल', असं खात्याला वाटत होतं. हे सगळं ठरत असतानाच गिल्बर्ट मद्रासमध्ये आले होते. योगायोगाने त्यांनी त्यांची अडचण फ्रान्सिस स्प्रिंग, म्हणजेच मद्रास पोर्ट ट्रस्टच्या प्रमुखांच्या आणि रामानुजनच्या बॉसच्या कानावर घातली. त्यांनी रामानुजनच्या वह्या गिल्बर्टना दाखवल्या. त्या वह्या पाहून गिल्बर्ट इतके प्रभावित झाले की, त्यांनी दुसऱ्याच दिवशी थेट मद्रास विद्यापीठाला रामानुजनला रिसर्च स्कॉलरशिप देण्याची विनंती करणारं पत्र पाठवलं. गिल्बर्ट स्वतः गणिताचे विद्यार्थी-प्रोफेसर असल्यामुळे रामानुजनची प्रतिभा त्यांना ताबडतोब जाणवली. 'मी प्युअर मॅथमॅटिक्स शिकलेलो नाही. त्यामुळे एका मर्यादेनंतर रामानुजनचं काम मला समजू शकत नाही. मात्र केंब्रिजमध्ये शिक्षण घेणाऱ्या कितीतरी विद्यार्थ्यांपेक्षा या माणसाकडे जास्त बुद्धिमत्ता आहे, हे नक्की. त्याला विद्यापीठाने काही वर्षांची सवलत दिली तर, तो त्याच्या उत्पन्नाची काळजी न करता गणिताकडे पूर्ण लक्ष देऊ शकेल', असं त्यांनी पाठवलेल्या पत्रात म्हटलं होतं.

आधी हार्डी आणि नंतर गिल्बर्ट यांच्या पत्रामुळे मद्रासमध्ये रामानुजनकडे पाहण्याचा सगळ्यांचा दृष्टिकोन बदलायला लागला. त्याच्याबद्दलच्या सगळ्यांच्या सगळ्या शंकांना या दोन पत्रांनी उत्तर दिलं. रामानुजनला त्याच्या कामावर लक्ष केंद्रित करू देण्याची गरज आता सगळ्यांनाच पटायला लागली. १३ मार्च या दिवशी इंजिनीअरिंग कॉलेजमधले गणिताचे शिक्षक बी. हनुमंत राव यांनी नारायण अय्यर आणि त्यांच्यासोबत बोर्डाच्या इतर सदस्यांची एक बैठक घेतली. रामानुजनला स्कॉलरशिप देण्यासाठी विद्यापीठाला विनंती करण्याचं या बैठकीत निश्चित झालं. ही स्कॉलरशिप ७५ रुपयांची होती. विद्यापीठाने मान्यता दिली असती, तर रामानुजनला पुढची दोन वर्षं दर महिन्याला हे पैसे मिळणार होते. तसा प्रस्तावही त्यांनी विद्यापीठाकडे पाठवला. या प्रस्तावावर विचार-विनिमय करण्यासाठी विद्यापीठाने ७ एप्रिलला बैठक ठेवली. बैठकीत विद्यापीठाचे मोठे अधिकारी, मोठमोठे प्राध्यापक आले होते. बैठक सुरू झाल्यापासून सगळे जण रामानुजनच्या विरोधातच सूर लावत होते. कॉलेजमध्ये अनेकदा नापास झालेल्या, साधी पदवीसुद्धा नसलेल्या माणसाला स्कॉलरशिप देणं नियमांच्या विरुद्ध झालं असतं, असं सगळ्यांचं म्हणणं होतं. त्या बैठकीत एकापाठोपाठ एक रामानुजनविरोधी भाषणं होत होती. सगळ्यात शेवटी विद्यापीठाचे उपकुलगुरू आणि मद्रास उच्च न्यायालयातले प्रमुख न्यायाधीश पी. आर. सुंदरम अय्यर उठले. विद्यापीठाच्या नियमांवर काहीही न बोलता त्यांनी सगळ्यांना फक्त एकच प्रश्न विचारला, ''संशोधनाला प्रोत्साहन देणं, हा स्कॉलरशिप देण्यामागचा एक प्रमुख हेतू नसतो

का आणि रामानुजनच्या शिक्षणात कितीही उणिवा असल्या, तरी एक गणित संशोधक म्हणून त्याने स्वत:चं कौशल्य सिद्ध केलेलं नाही का?'' यावर कोणी काहीच बोललं नाही. सुंदरम यांच्या प्रश्नाने बैठक जिंकली होती.

फक्त शाळा शिकलेल्या रामानुजनला विद्यापीठाने स्वत:चे नियम वाकवत स्कॉलरशिप देण्याचं ठरवलं. रामानुजनचा इतक्या वर्षांचा संघर्ष संपणार, असं दिसत होतं. रामानुजनला १२ एप्रिलला ही चांगली बातमी कळवण्यात आली. आता त्याला पैशांची काळजी न करता, कुणाचीही मदत न घेता गणितावर मनसोक्त काम करता येणार होतं. आता त्याला केव्हाही विद्यापीठात जाता येणार होतं, हव्या त्या तासांना बसता येणार होतं. ग्रंथालयाची दारं त्याच्यासाठी कायम खुली राहणार होती. रामानुजनमधला गणिती आता खऱ्या अर्थाने बहरू शकणार होता.

त्या स्कॉलरशिपने रामानुजनचं सगळं आयुष्यच बदलून गेलं. आता त्याला ऑफिसमध्ये जाण्याची गरज उरली नव्हती. तिथून त्याने मोठी रजा घेतली. इतके दिवस तो, आई कोमलताम्मल आणि पत्नी जानकी गजबजलेल्या, कोंदट जॉर्जटाउनमध्ये राहत होते. आता त्यांनी तिथून ट्रिप्लीकेनला जरा मोठ्या आणि निवांत जागेत राहायला जायचं ठरवलं. गणितात संशोधन करण्याशिवाय आता रामानुजनला दुसरं काहीच काम नव्हतं. फक्त दर तीन महिन्यांनी त्याला विद्यापीठाला त्याच्या कामाचा एक अहवाल द्यायचा होता. कुंबकोणममध्ये असताना महिना पाच-दहा रुपयांतही त्यांचं भागायचं. पोर्ट ट्रस्टमध्येही महिना २५ रुपयांत त्यांचं घर

चालायचं. त्या तुलनेत आता मिळणारे ७५ रुपये त्यांच्यासाठी खूप होते. आता रामानुजन विद्यापीठाचा खास विद्यार्थी झाला होता. त्याचे मित्र वेगवेगळ्या ठिकाणी मोठ्या पदांवर काम करत होते, प्रतिष्ठित मॅथमॅटिकल जर्नल्समध्ये त्याचं संशोधन छापून येत होतं आणि परदेशातल्या नामांकित गणितींशी त्याचा पत्रव्यवहार

होता. विद्यापीठाने त्याला 'स्पेशल रिसर्च स्टुडंट' म्हणून मान्यता दिल्यामुळे आणि केंब्रिजमधल्या प्रोफेसर्सशी संपर्क असण्यामुळे संपूर्ण मद्रासमध्ये रामानुजन चर्चेचा विषय झाला होता. लोक मुद्दाम त्याचं घर पाहायला यायचे. तो दिसावा म्हणून त्याच्या घरासमोर थांबून राहायचे. ऑगस्ट महिन्यात विद्यापीठाने आयोजित केलेल्या एका मेळाव्यासाठी त्याला खास आमंत्रण दिलं होतं. 'शिक्षक आणि पुस्तकांच्या मदतीशिवाय, फक्त स्वतःच्या बुद्धिमत्तेच्या जोरावर पुढे आलेलं एक विलक्षण व्यक्तिमत्त्व' अशी त्याची प्रतिमा तयार झाली होती. एकंदरीतच आता रामानुजनचं आयुष्य सगळ्याच अर्थांनी बदलत होतं.

रामानुजन परत गणितात बुडून गेला. रोज पहाटे आणि रात्री

तो नारायण अय्यरबरोबर गणितं सोडवत बसायचा. शिवाय दिवसभरही त्याचं प्रमेयं मांडणं सुरूच असायचं. तो जेमतेम चार-पाच तास झोपायचा. झोपतानाही तो कोमलताम्मलला मध्यरात्रीनंतर, म्हणजे पहाटे एक-दोन वाजता उठवायला सांगायचा. त्याला पहाटेच्या थंड, प्रसन्न वातावरणात काम करायला आवडायचं. तो गणितात इतका मग्न असायचा की, त्याला जेवायचं-खायचं भान नसायचं. रामानुजनची तंद्री तुटू नये म्हणून कोमलताम्मलही त्याच्या आवडत्या रस्सम किंवा सांबार-दही भाताचा घास थेट त्याच्या हातावरच ठेवायची. झोपेचे काही तास सोडले, तर बाकी सगळा वेळ पाटीवर त्याची आकडेमोडे सुरू असायची. स्कॉलरशिपनंतर रामानुजनचं गणितातलं काम सुरळीत सुरू होतं, पण हार्डींशी मात्र त्याचा पत्रव्यवहार थंडावला होता. एकीकडे हार्डी स्वतःच्या पत्रातून रामानुजनला इंग्लंडला येण्याचा आग्रह करत होते. रामानुजनच्या केंब्रिजला येण्यामुळे गणिताच्या क्षेत्रात क्रांती घडून आली असती, असं त्यांना ठामपणे वाटत होतं आणि दुसरीकडे रामानुजन काहीतरी कारणं काढून तिकडे जाण्यासाठी नकार देत होता. रामानुजनच्या नकारामुळे हार्डी अस्वस्थ होते. 'तुम्ही त्याचं संशोधन चोराल, अशी भीती त्याला कदाचित वाटत असेल' लिटिलवूडनी हार्डींकडे त्यांचा संशय व्यक्त केला. तोपर्यंत हार्डींनी ही शक्यता विचारातच घेतली नव्हती. त्यांनी रामानुजनला ताबडतोब पत्र लिहिलं.

मला तुला स्पष्टपणे सांगायला आवडेल की, तुझ्याकडे माझी दोन पत्रं आहेत. इथेही मी तुझी पत्रं बऱ्याच तज्ज्ञांना दाखवलेली

आहेत. जर उद्या मी तुझ्या कामाचा गैरवापर केला, तर तुझ्याकडे असलेली माझी पत्रंच माझा खोटेपणा सिद्ध करू शकतील. तुझ्या संशोधनाचं श्रेय मी घेतलं, तर तुला माझा बुरखा फाडणं अवघड जाणार नाही. एवढं स्पष्ट बोलल्याबद्दल मला माफ कर. असं बोलून मी तुला दुखावता कामा नये, याची मला कल्पना आहे, कारण तुला तुझं संशोधन पुढे नेता यावं, तुझ्याकडे असलेल्या गुणांना चांगली संधी मिळावी, अशी माझी तीव्र इच्छा आहे.

हार्डींचं हे पत्र मिळताच रामानुजनने लगेच त्यांना उत्तर लिहिलं :

इतरांनी माझ्या पद्धती वापरण्याची मला अजिबात चिंता नाही. किंबहुना मी केलेलं काम गेली आठ वर्षं माझ्याकडेच पडून होतं आणि कुणीही त्याची साधी दखलसुद्धा घेतली नव्हती. तुमच्या रूपात मला एक चांगला मित्र सापडला आहे, हे मी यापूर्वीच सांगितलं आहे. त्यामुळे माझ्याकडे जे काही थोडंफार ज्ञान आहे, ते तुमच्याकडे ठेवायला माझी काहीच हरकत नाही.

विद्यापीठाने सांगितल्यानुसार रामानुजन दर तीन महिन्यांनी अहवाल देत होता. या अहवालात नवी प्रमेयं मांडून स्वत:चं कर्तृत्व त्याने परत एकदा सिद्ध केलं. एव्हाना हार्डी आणि रामानुजनचा पत्रव्यवहार पूर्णपणे थंडावला होता. एकीकडे रामानुजन त्याच्या कामात मग्न होता, खूश होता आणि दुसरीकडे हार्डी पत्रव्यवहारातली दिरंगाई, इंग्लंडमध्ये येण्यासाठी रामानुजनने दिलेला नकार आणि इतर कामांचा ताण यांमुळे अस्वस्थ होते. शेवटी काही महिन्यांनंतर, जानेवारीमध्ये त्यांनी रामानुजनला परत एक मोठं पत्र लिहिलं.

रामानुजनने आधीच्या पत्रात पाठवलेल्या प्रमेयांच्या उत्तरांवर त्यांनी हे पत्र लिहिलं होतं. उत्तरांमधल्या सुटलेल्या जागा त्यांनी रामानुजनच्या लक्षात आणून दिल्या होत्या. त्यातल्या काही चुकाही त्यांनी दाखवल्या होत्या. 'या चुकांमुळे साहजिकच उत्तरंही चुकीची येत आहेत. मी केलेल्या टीकेमुळे तू नाउमेद होणार नाहीस, अशी मी आशा करतो. तू करत असलेलं काम गणिताच्या क्षेत्रात अजरामर होईल, यात मला काहीएक शंका नाही.' हार्डी पुढे लिहितात, '... आणि हो, ट्रिनिटी कॉलेजमधले माझे एक सहकारी ई. एच. नेव्हिल लवकरच मद्रासमध्ये येणार आहेत. त्यांची भेट घेतलीस, तर गणिताचा अभ्यास आणि वाचनाबद्दल मोलाचं मार्गदर्शन मिळेल.'

नेव्हिल मद्रासमध्ये येत असल्याचं हार्डींनी खरंच सांगितलं होतं, तरी ते पूर्णपणे खरं नव्हतं. कारण नेव्हिल रामानुजनला केवळ 'मार्गदर्शन' करण्यासाठी मद्रासमध्ये येत नव्हते, तर हार्डींनी त्यांना एक विशिष्ट कामगिरी दिली होती. नेव्हिल कॉलेजतर्फे व्याख्यानं देण्यासाठी मद्रासला येणार होते. त्यामुळे हार्डींनी साहजिकच खूप महिन्यांपासून त्यांच्या डोक्यात घोळत असलेलं एक काम पूर्ण करण्याची जबाबदारी नेव्हिलवर टाकली होती. इंग्लंडला येण्यासाठी रामानुजनचं मन वळवणं! रामानुजनच्या कामावर पूर्ण विश्वास बसल्याचं हार्डींनी रामानुजनला सांगितलेलं नसलं, तरी त्याची क्षमता हार्डींच्या केव्हाच लक्षात आली होती. किंबहुना रामानुजनचं पहिलं पत्र मिळाल्यापासूनच हार्डी भारतातल्या ऑफिसच्या संपर्कात होते. रामानुजनने इंग्लंडला यावं, म्हणून ते सतत प्रयत्न करत होते.

त्या काळातलं एकंदर भारतातलं वातावरण खूपच कर्मठ होतं.

रीतीभाती, परंपरा, श्रद्धा-अंधश्रद्धा यांचा समाजावर खूप मोठा पगडा होता. समुद्र ओलांडून परदेशात जाणं, म्हणजे तेव्हा महापाप समजलं जायचं. परदेशात जाणाऱ्या माणसाला जातीबाहेर टाकलं जायचं. त्याच्याशी, त्याच्या कुटुंबाशी संबंध तोडला जायचा. रामानुजन स्वतः आणि त्यांची आई दोघंही खूप धार्मिक होते. त्यामुळे धर्माच्या नियमांबाहेर जाणं रामानुजनला पटतही नव्हतं आणि सगळ्यांच्या विरोधात जाण्याचं धाडसही त्याच्याकडे नव्हतं. म्हणूनच केंब्रिजसारख्या कॉलेजमध्ये जाण्यासाठी रामानुजन नकार देत होता. केंब्रिजला न जाण्याची रामानुजनची कारणं काहीही असली, तरी हार्डी गप्प बसणाऱ्यांपैकी नव्हते. एकदा एखादी गोष्ट मनात आली की ती पूर्ण केल्याशिवाय ते थांबत नसत.

केंब्रिजमधल्या काही तरुण आणि हुशार गणितींपैकी नेव्हिल एक होते. वयाच्या फक्त पंचविसाव्या वर्षी गणिताच्या काही अवघड परीक्षा त्यांनी यशस्वीपणे पूर्ण केल्या होत्या. 'भूमिती' या विषयावर व्याख्यानं देण्यासाठी ते भारतात आले होते; आणि अर्थातच हार्डींनी दिलेली कामगिरीही त्यांना फत्ते करायची होती. मद्रासच्या प्रसिद्ध मरिना बीचजवळच विद्यापीठ होतं. तिथल्या परीक्षा हॉलमध्ये नेव्हिल आणि रामानुजनची भेट झाली. पहिल्याच भेटीत रामानुजनला पाहून नेव्हिल अतिशय प्रभावित झाले. खरंतर काही वर्षांपूर्वी रामानुजनचं व्यक्तिमत्त्व कुणावरही छाप पडेल असं किंवा लक्षात राहण्यासारखंही नव्हतं. त्याचे कपडे आणि एकंदर राहणीही खूप गबाळी असायची. गेल्या काही काळात मात्र त्याच्यात खूप फरक पडला होता. विशेषतः त्याच्या इंग्रजी भाषेच्या ज्ञानामध्ये. याच इंग्रजी विषयामुळे एके

काळी त्याला कॉलेजचं शिक्षण सोडावं लागलं होतं. आता मात्र त्याचं इंग्रजी बोलणं सफाईदार झालं होतं. रामानुजनच्या शब्दसंपत्तीमुळे अतिशय भारावून गेल्याचं नेव्हिलनी लिहून ठेवलं आहे.

जवळपास तीन वेळा रामानुजन आणि नेव्हिलची भेट झाली. प्रत्येक भेटीत रामानुजनच्या वह्यांवर चर्चा चालायची. रामानुजनच्या विलक्षण बुद्धिमत्तेमुळे नेव्हिल दिपून गेले होते. स्वत:च्या वह्या निवांतपणे वाचण्यासाठी ठेवून घ्याव्यात, असं एका भेटीनंतर रामानुजनने नेव्हिलना सुचवलं. रामानुजनसारख्या असामान्य गणितीने त्याचं काम इतक्या खुलेपणाने वाचायला देणं, ही नेव्हिलसाठी खूप मोठी गोष्ट होती. 'रामानुजन यांनी विचारलेला हा प्रश्न माझा सगळ्यात मोठा सन्मान आहे. इतका अमूल्य ठेवा ते किती सहजपणे माझ्याकडे ठेवणार होते! त्यांच्या त्या वह्या इतक्या असामान्य आहेत की, कोणताही भारतीय ते कधी समजू शकला नसता आणि कोणत्याही ब्रिटिश माणसावर त्या वह्यांच्या बाबतीत विश्वास ठेवता आला नसता!'

खरंतर तोपर्यंत ब्रिटिशांबद्दल रामानुजनचं मत बहुधा फारसं चांगलं झालेलं नव्हतं. ब्रिटिशांबद्दलचे मद्रासमधले त्यांचे काही अनुभव तितकेसे चांगले नव्हते आणि हार्डींना तो खूप मानत असला, तरी त्यांच्याशी त्याची कधी भेट झालेली नव्हती. मात्र नेव्हिल जवळपास रामानुजनच्या वयाचे होते; उत्साही, तरुण होते. त्यांना प्रत्यक्ष भेटल्यामुळेच कदाचित रामानुजनचं नेव्हिलबद्दल चांगलं मत झालं आणि त्याने त्याच्या वह्या त्यांना दिल्या. पुढचे तीन

दिवस त्या वह्या नेव्हिलकडेच होत्या. याचा अर्थ सरळ होता. रामानुजनचा विश्वास जिंकण्यात नेव्हिल यशस्वी झाले होते. आता फक्त रामानुजनला इंग्लंडला येण्यासाठी तयार करायचं होतं.

पुढच्या भेटीत नेव्हिलनी इंग्लडंचा विषय काढण्याचं ठरवलं. रामानुजन नकार देणार, हे त्यांना माहीत होतं. कारण जवळपास आदल्या वर्षभर स्वतः हार्डी आग्रह करत असूनही रामानुजन नकार देत असल्याने आताही त्याचं मन वळवणं सोपं नसल्याची नेव्हिलना कल्पना होती.

रामानुजनची पुस्तकं परत देण्यासाठी दोघं भेटले, तेव्हा नेव्हिलनी भीतभीतच इंग्लंडचा विषय काढला :

"मी इंग्लडला यायला तयार आहे." रामानुजन म्हणाला. त्याच्या या अनपेक्षित होकाराने नेव्हिलना क्षणभर आनंदाचा आणि आश्चर्याचा धक्का बसला आणि जणू त्यांची मती गुंग झाली.

"माझ्या आई-वडलांचा तिकडे यायला विरोध होता, पण आता तो मावळला आहे."

रामानुजन आणि त्याच्या घरच्यांचं मन कसं बदललं, या विषयी वेगवेगळी मतं सांगितली जातात. रामानुजनची कुलदेवी नमगिरीने दिलेल्या दृष्टान्तामुळे सगळ्यांचं मत बदललं, असं ठामपणे म्हटलं जातं. काही जण म्हणतात की, रामानुजनची आई कोमलताम्मलला एक स्वप्न पडलं. स्वप्नात रामानुजनच्या आजूबाजूला बरेच युरोपीय लोक होते. 'तुझ्या मुलाच्या आयुष्याचं ध्येय पूर्ण करण्याच्या मार्गात येऊ नकोस', असं नमगिरी देवीने तिला स्वप्नात येऊन सांगितलं. रामानुजनच्या घरचे मुळातच धार्मिक

आणि देवीला खूप मानणारे असल्यामुळे या स्वप्नानंतर त्यांनी रामानुजनला इंग्लंडला जाण्यासाठी परवानगी दिल्याचं म्हणतात. तर काहींच्या मते, हे स्वप्न रामानुजनलाच पडलं होतं. हे सगळं अय्यर यांनीच 'घडवून' आणल्याचंही कित्येक जण म्हणतात. कारण इंग्लंडला जाणं रामानुजनच्या उज्ज्वल भविष्यासाठी अतिशय महत्त्वाचं असल्याची अय्यर यांना पूर्ण कल्पना होती. गंमत म्हणजे, इंग्लंडला जाण्यासाठी परवानगी मिळणं अशक्य असल्याचं माहीत असल्यामुळे रामानुजननेच देवीच्या स्वप्नाची कथा रचल्याचंही म्हटलं जातं. देवीच्या दृष्टान्ताचं कारण पुढे करून परवानगी मिळवणं, हा त्याला सगळ्यात सुरक्षित मार्ग वाटला असावा. सत्य काहीही असलं, तरी रामानुजनने इंग्लंडला जाण्यासाठी होकार दिला होता आणि नेव्हिल आणि हार्डी यांच्यासाठी ही अतिशय समाधानाची गोष्ट होती. अर्थात, म्हणून अडचणी संपलेल्या नव्हत्या.

केंब्रिजला जाण्याची तयारी

''तिकडे गेल्यावर तुझ्या जेवणाचं काय? आपण शुद्ध शाकाहारी आहोत. आधीच तुझी तब्येत नाजूक आहे. तुझे खूप हाल होतील...'' इंग्लंडला जाण्याचं नक्की झाल्यापासून रामानुजनपुढच्या अडचणी आणखीनच वाढल्या होत्या. सगळे जण वेगवेगळे प्रश्न विचारून त्यांना नाउमेद करत होते. रामानुजनची आई कोमलताम्मलही याला अपवाद नव्हती. शाकाहाराचा मुद्दा पुढे करून ती रामानुजनचं मन बदलण्याचा प्रयत्न करत होती. जावई इंग्लंडला जात असल्याचं कळल्यावर रामानुजनचे सासरेही त्यांना भेटायला आले. ''तुम्हाला गणितात जे काही काम करायचं आहे, ते इथे भारतात राहून का नाही करता येणार?'', असा त्यांचा प्रश्न होता. रामानुजनच्या मित्रांना वेगळीच भीती वाटत होती. रामानुजन मद्रासची शान असल्याने त्यांना इंग्लंडमध्ये नेऊन भारताची शान चोरली जात असल्याचं त्यांना वाटत होतं. सुदैवाने या सगळ्या प्रश्नांना तोंड देण्यासाठी नेव्हिलही रामानुजनच्या बरोबरीने उभे राहिले. इंग्लंडला जाण्यामुळे रामानुजनचं भलंच होणार असल्याचं रामानुजनच्या मित्रांना पटवून देण्यात अखेरीस ते यशस्वी झाले.

दुसरीकडे रामानुजनच्या मनातही बऱ्याच शंका होत्या. ''इंग्लंडला गेल्यावर तिथल्या खर्चाचं काय? मला नोकरी तर करावी लागणार नाही ना?''

"काळजी करू नका. आम्ही त्याची व्यवस्था करू." नेव्हिलनी सांगितलं.

"...इंग्रजी? माझं इंग्रजी खास नाही..."

"तुम्हाला येतं तेवढं इंग्रजी नक्कीच पुरेसं आहे."

"मला एखादी परीक्षा तर द्यावी लागणार नाही ना??" कॉलेजमधल्या परीक्षांचा कटू अनुभव रामानुजन विसरलेले नव्हते.

"अजिबात नाही. स्वतःला सिद्ध करण्यासाठी तुम्हाला कसलीही परीक्षा द्यावी लागणार नाही." नेव्हिल यांनी दिलासा दिला.

बाकीच्या बहुतेक अडचणी सुटल्या, तरी एक मोठी अडचण अजून बाकी होती - इंग्लंडला जाण्यासाठी, तिथे राहून संशोधन करण्यासाठी लागणारे पैसे! खरंतर या बाबतीत भारतीय मुख्यालयाशी हार्डी पत्रव्यवहार करत होते. मात्र मुख्यालयाने पैसे देण्यासाठी साफ नकार दिला होता. इतकंच नाही, तर रामानुजनसारखी माणसं त्यांच्या मित्रांपुढे हुशार वाटत असली, तरी केंब्रिजसारख्या ठिकाणी गेल्यावर तिथल्या तुलनेत ती शाळकरी मुलांसारखी वाटत असल्याचं सांगून मुख्यालयाने हार्डींना सावध राहण्याचा सल्ला दिला होता. एव्हाना स्वतःच्या खर्चाने रामानुजनना इंग्लंडला आणण्याची हार्डींनी तयारी केली होती. मात्र त्या अधिकाऱ्याचा सल्ला ऐकून ते थोडे दचकले होते. त्यांना पैशाचं नुकसान होण्याची तितकीशी चिंता नव्हती; पण त्या अधिकाऱ्याच्या सल्ल्यामुळे रामानुजनच्या कुवतीबद्दलचा किडा पुन्हा हार्डींच्या डोक्यात वळवळायला लागला. त्यांनी नेव्हिलनाही तसं कळवलं. त्यांचं पत्र वाचल्यावर नेव्हिलना

हसू आलं. 'मी रामानुजनना प्रत्यक्ष भेटलो आहे, त्यांच्या वह्या सखोल वाचल्या आहेत. ते असामान्य आहेत, यात काहीच शंका नाही', असं नेव्हिलनी कळवल्यावर मात्र हार्डींची शंका फिटली; पण समस्या अजून सुटलेली नव्हती. सुदैवाने नेव्हिल मद्रासमध्येच हजर असल्यामुळे त्यांनी पैशांच्या बाबतीत खूप मदत केली. तोपर्यंत रामानुजनची कीर्ती सगळीकडे पसरली होती. विद्यापीठातही त्यांच्याच नावाची चर्चा होती. विद्यापीठाशी संबंधित कित्येक इंग्रजी अधिकाऱ्यांनाही रामानुजनबद्दल कळलं होतं. 'त्या काळी गणिताच्या क्षेत्रात लागलेला सगळ्यात महत्त्वाचा शोध म्हणजे रामानुजन!' असं एका ब्रिटिश अधिकाऱ्याने लिहून ठेवलं आहे. त्या वेळचे विद्यापीठाचे रजिस्टार फ्रान्सिस ड्यूजबरी यांना रामानुजनच्या खर्चाचा भार उचलण्यासाठी त्यानेच पत्र लिहिलं होतं. त्या वेळी रामानुजनना केंब्रिजला जाता यावं म्हणून पैशांची सोय करणं, हे विद्यापीठातल्या जणू प्रत्येकाचं ध्येय बनलं होतं. विद्यापीठात काम करणारे, तसंच विद्यापीठाशी संबंधित कितीतरी प्रतिष्ठित लोक त्यासाठी स्वतःहून प्रयत्न करत होते. अखेर त्यांच्या प्रयत्नांना यश आलं. विद्यापीठाने रामानुजनसाठी दहा हजार रुपयांची स्कॉलरशिप मंजूर केली. दोन वर्षं इंग्लंडमध्ये राहण्यासाठी एवढी रक्कम पुरेशी होती. शिवाय परदेशी जाण्यासाठी लागणारे कपडे, पुस्तकं आणि इतर खर्चासाठी वेगळ्या पैशांची सोय केली गेली होती. आता सगळ्या अडचणी संपल्या होत्या! वयाच्या दुसऱ्या वर्षी देवी झाल्यामुळे मरता मरता वाचलेला हा चिन्नास्वामी आता गणिताचं भविष्य घडवण्यासाठी केंब्रिजला निघाला होता.

रामानुजन समुद्र ओलांडतात

कॉलर असलेला, अगदी अंगाबरोबर बसणारा शर्ट, कॉलर आणि गळ्याला आवळून बसणारा टाय, वरती कोट आणि पाय बांधून ठेवल्यासारखी पँट... आयुष्यात पहिल्यांदाच घातलेल्या त्या कपड्यांमध्ये रामानुजन नुसते चुळबुळत होते. साधं सुती धोतर, गळ्यात जानवं, उघड्या खांद्यावर पंचा, मानेवर रुळणारी शेंडी आणि कपाळावर ओढलेलं नमम अशा कपड्यांची सवय असलेल्या रामानुजनना शर्ट-पँट घालण्याच्या नुसत्या कल्पनेनेही कसंतरीच

झालं होतं, पण इंग्लंडमध्ये जायचं, तिथे राहायचं म्हणजे असे कपडे घालावे लागणार होते.

इंग्लंडला जाण्याचं नक्की झाल्यावर रामानुजन आणि त्यांचे मित्र प्रवासाच्या तयारीला लागले. सर फ्रान्सिस स्प्रिंग यांनी बिन्नी अँड कंपनीच्या जहाजाचं दुसऱ्या वर्गाचं तिकिट बुक करून ठेवलं. 'बोटीवर असताना रामानुजनना

फक्त आणि फक्त शाकाहारी जेवणच दिलं जावं', असं खास पत्रही त्यांनी कंपनीला पाठवलं. ब्रिटिशांच्या देशात जाण्यासाठी रामानुजनना त्यांचे भारतीय कपडे आणि सगळं रूपच बदलावं लागणार होतं. तेव्हाच्या भाषेत सांगायचं, तर त्यांना 'इंग्लिशमन' बनावं लागणार होतं. स्वतः रामानुजनना, त्यांच्या आईला आणि जानकीलाही त्यांचं असं इंग्लिशमन होणं झेपण्यासारखं नव्हतं. मात्र पर्याय नव्हता. त्या दोघींना रामानुजनचं 'असं' रूप पाहायला लागू नये, म्हणून ते जाण्याच्या आधीच त्या दोघींना कुंबकोणमला परत पाठवून द्यायचं ठरलं. जानकी आणि आईला निरोप देताना रामानुजनना खूप वाईट वाटत होतं. रेल्वे सुटली, तरी रामानुजनचं रडू थांबत नव्हतं.

इंग्लंडला जाईपर्यंतचा काळ रामानुजनची परीक्षा पाहणारा होता. धर्माच्या नियमांविरोधात परदेशात जायचं की नाही इथपासून सुरू झालेल्या आव्हानांची मालिका संपत नव्हती. इंग्लिशमन होण्यासाठी त्यांना अग्निदिव्यातून जावं लागणार होतं. त्याची सुरुवात रामानुजनच्या शेंडीपासून झाली. रामचंद्र रावांनी आग्रह करून कशीबशी रामानुजनना शेंडी कापायला लावली. नंतर रिचर्ड लिटिलहेल्स नावाचे अधिकारी आणि रामानुजनंनी मिळून रामानुजनसाठी कॉलर्स, शूज, स्टॉकिंग्ज, टाय आणि शर्टांची खरेदी केली. कपडेखरेदी आणि केसांची रचना बदलून झाल्यावर आता इंग्लिश सभ्यता शिकण्याची पाळी होती. त्यासाठी रामानुजन रामचंद्र राव यांच्या एका मित्राच्या घरी राहायला गेले. तो मित्र युरोपीय पद्धतीने राहायचा. शांत बसून, गंभीरपणे, काटा-चमच्याने कसं खायचं, हे रामानुजनना तिथे शिकायचं होतं. अर्थात, तिथेही

शाकाहारी जेवणाचा नियम त्यांनी सांगून ठेवलेलाच होता. इंग्लंडमध्ये कसं राहावं लागणार होतं, याची त्या मित्राच्या घरी राहताना मिळालेली छोटीशी झलकसुद्धा रामानुजनना खूप अस्वस्थ करून गेली. तोपर्यंत आई-पत्नी अशा नात्यातल्याच व्यक्तींनी बनवलेलं, वाढलेलं जेवण जेवण्याची सवय असलेल्या रामानुजनना कुठल्यातरी अनोळखी नोकरांनी वाढलेलं जेवण जेवताना फार जड जात होतं. इंग्लंडमध्ये जेवताना शाकाहार जपण्यासाठी कराव्या लागणाऱ्या कसरतीचीच रामानुजनना सगळ्यात जास्त चिंता वाटत होती.

इंग्लंडला जाण्यासाठी निघण्याची तारीख जवळ येत असली, तरी रामानुजन मात्र नेहमीप्रमाणे शांतच होते. परदेशात जाण्याच्या कल्पनेने ते खूप आनंदात वगैरे नव्हते किंवा त्यांच्यावर कुठला ताणही नव्हता. रामानुजन बोटीने इंग्लंडला जाणार होते. त्यांच्या बोटीचं नाव नेवासा नाव होतं. ही बोट सर फ्रान्सिस स्प्रिंग यांच्या काळातच बांधली गेली होती. एकदम नवी-कोरी, दणकट अशी ही बोट खास भारत-इंग्लंड प्रवासासाठीच तयार केली गेली होती. रामानुजन निघण्याच्या दिवशी सकाळी ॲडव्होकेट जनरल श्रीनिवास अय्यंगार यांच्या घरी छोटासा निरोपसमारंभ करायचा ठरला. सर फ्रान्सिस स्प्रिंग, विद्यापीठाचे काही अधिकारी, काही इंग्रजी अधिकारी, नेवासा बोटीचे कॅप्टन, बोटीवरचे काही भारतीय सहप्रवासी, मित्र असे बरेच जण जमले होते. रामानुजनच्या तोपर्यंतच्या प्रवासात त्यांना महत्त्वाची साथ देणारे नारायण अय्यरही तिथे होते. त्या दोघांचं नातं विलक्षण होतं. सुरुवातीला रामानुजन

म्हणजे त्यांच्यासाठी हाताखाली काम करणारा फक्त एक कर्मचारी होता. मात्र नंतर रामानुजन कधी त्यांचा जवळचा मित्र आणि गणितात गुरू झाले होते, हे त्या दोघांनाही कळलं नव्हतं. रामानुजनची असामान्य बुद्धी जगापुढे यावी म्हणून नारायण अय्यरनी पुष्कळ धडपड केली होती. ऑफिसमध्ये कामाऐवजी गणितं सोडवू देणाऱ्या या बॉसने रामानुजनना प्रत्येक गोष्टीत साथ दिली होती. नोकरीत असताना आणि स्कॉलरशिप मिळाल्यानंतरही रात्रभर पाटीवर पेन्सिलने खुडबुड करत प्रमेयं सोडवत बसण्याचा त्या दोघांचा नेम कधी चुकला नव्हता. निघण्यापूर्वी अय्यरनी रामानुजनकडे केलेली मागणी ऐकून रामानुजनही अचंबित झाले. नारायण अय्यरना पाट्यांची अदलाबदल करून हवी होती. रामानुजन नसताना त्यांची पाटी अय्यरना गणिताच्या क्षेत्रात काम करण्याची प्रेरणा देत राहिली असती, असं त्यांना वाटत होतं. रामानुजन त्यांच्या उज्ज्वल भविष्याच्या दिशेने जाणार म्हणून सगळे आनंदात असतानाच इतके दिवस शांत असणारे रामानुजन मात्र त्या निरोप समारंभात संपूर्ण वेळ भरल्या डोळ्यांनी वावरत होते. १७ मार्च १९१३ या दिवशी सगळ्यांच्या शुभेच्छा स्वीकारून ते बोटीवर चढले. अखेरीस, श्रीनिवास रामानुजन आणि गणिताच्या विश्वासाठी अजरामर ठरलेल्या प्रवासाची सुरुवात झाली.

नव्या पर्वाची सुरुवात

आयुष्यात पहिल्यांदाच रामानुजन बोटीने प्रवास करत होते. सुरुवातीला आजूबाजूला फक्त पाणी पाहून त्यांना वेगळं आणि छान वाटत होतं. मात्र थोड्याच वेळात त्यांना प्रवासाचा त्रास व्हायला लागला. काही खावंसंही वाटत नव्हतं. श्रीलंकेची राजधानी कोलंबो इथे बोट पहिला स्टॉप घेणार होती. तिथे थांबल्यानंतर रामानुजनना बरंच बरं वाटलं. एव्हाना प्रवासाची, समुद्राची त्यांना बऱ्यापैकी सवय झाली होती. बोटीवरच्या त्या दिवसांनी रामानुजनना स्वतःच्या विचारांत हरवून जाण्याची संधी दिली. पाच वर्षांत त्यांचं आयुष्य कितीतरी बदललं होतं! पाच वर्षांपूर्वी ते कुंबकोणममध्ये, घराच्या पडवीत गणितं सोडवत बसून असायचे. एरवी गावातही फारसं कुणी त्यांना महत्त्व देत नव्हतं. मात्र इंग्लंडला निघताना मद्रासमधले प्रतिष्ठित लोक त्यांना शुभेच्छा देण्यासाठी आले होते. एके काळी रेल्वेने मद्रासला जाण्यासाठी लागणारे तीन रुपये नसणाऱ्या रामानुजनच्या इंग्लंड प्रवासाचा शेकडो रुपयांचा खर्च विद्यापीठाने उचलला होता. 'गणिताची शिकवणी हवी आहे का?' असं विचारत अक्षरशः दारोदार भटकणाऱ्या या मुलाला केंब्रिजमधल्या प्रसिद्ध गणितींनी स्वतःहून बोलवून घेतलं होतं. खरंतर हे सगळं रामानुजनच्या गणिताबद्दलच्या अतोनात आस्थेमुळेच घडून आलं होतं. स्वतःचं गणितातलं काम योग्य लोकांपर्यंत पोहोचवण्याची

धडपड त्यांनी अत्यंत हलाखीच्या परिस्थितीतही थांबवली नव्हती. आज सुरू झालेला इंग्लंडचा त्यांचा प्रवास हे त्याच मेहनतीचं फळ होतं.

१४ एप्रिलला, म्हणजे भारतातून निघाल्यानंतर जवळपास महिन्याभराने त्यांची नेवासा बोट इंग्लिश खाडी पार करून थेम्स नदीच्या उगमाशी, अर्थात इंग्लंडमध्ये येऊन पोहोचली. बोट थांबली, तेव्हा नेव्हिल आणि त्यांचा भाऊ रामानुजनना घ्यायला आले होते. नेव्हिलच्या कारने तिघंही लंडनच्या दक्षिणेकडे असलेल्या केनिंग्स्टन गावाकडे निघाले. भारतातून येणाऱ्या विद्यार्थ्यांसाठी तिथे एक केंद्र उभारण्यात आलं होतं. त्यांनाही तिथेच जायचं होतं. लंडनचं जग रामानुजनसाठी अर्थातच नवं आणि खूप वेगवान होतं. मद्रासपेक्षा दहा पटींनी मोठं असणारं लंडन रामानुजन हरखून पाहत होते. डबलडेकर बस, उमदे घोडे बांधलेल्या ऐटबाज बग्ग्या, चकाचक कपडे, श्रीमंती राहणीमान हे सगळं जग त्यांच्या कल्पनेपलीकडचं होतं.

पुढचे चार दिवस रामानुजन त्या सेंटरवरच राहायला होते. मात्र तिथे त्यांना करमेना, म्हणून मग १८ एप्रिलला नेव्हिल त्यांना त्यांच्या घरी घेऊन गेले. केंब्रिजजवळ चेस्टर टाउनमध्ये नेव्हिल त्यांची पत्नी ॲलिसबरोबर राहत होते. रामानुजन आता पहिल्यांदाच एखाद्या ब्रिटिश घरात राहणार होते. नेव्हिलचं घर चांगलं प्रशस्त होतं. घरासमोर मोठी बाग होती. त्यांच्या घराच्या दुसऱ्या मजल्यावरून कॅम नदी आणि तिच्यावरचा व्हिक्टोरिया ब्रिज दिसायचा. टिपिकल ब्रिटिश पद्धतीने तयार केलेले आजूबाजूचे

फूटपाथ आणि घरंही दिसायची. गंमत म्हणजे, रामानुजनना आयुष्यात पहिल्यांदाच स्वतंत्र खोलीत राहायला मिळणार होतं. रामानुजनना केंब्रिजमध्ये रोज जाता यावं म्हणून बरीच कागदपत्रं तयार करायची होती, पैसे भरायचे होते; पण ते सगळं काम नेव्हिल आणि हार्डींनी केलं. त्यानंतरचे काही आठवडे म्हणजे रामानुजनच्या आयुष्यातले सगळ्यात अविस्मरणीय दिवस होते. त्यांचा रोजचा दिवस नव्या आशा घेऊन उगवायचा आणि परत नव्या आकांक्षा देऊन मावळायचा. बरोब्बर त्याच वेळी इंग्लंडमधलं थंडगार वातावरण हळूहळू सुखद होत होतं. वसंत ऋतू सुरू होत असल्यामुळे वातावरण उबदार झालं होतं. नव्या माणसांमध्ये, नव्या वातावरणात रामानुजन खूप लवकर रुळले.

एव्हाना रामानुजननी हार्डी आणि लिटिलवूडबरोबर कामही सुरू केलं होतं. हार्डी आणि रामानुजन दररोज भेटायचे. बाकी कसलंही काम नसल्यामुळे रामानुजन पूर्णपणे गणितावर काम करू शकत होते. साहजिकच ते खूप आनंदात होते. अजून त्यांनी नियमितपणे केंब्रिजला जायला सुरुवात केली नव्हती. मात्र कधी हार्डींच्या आणि कधी इतर प्रोफेसर्सच्या तासांना ते हजेरी लावायचे. शाळेत असताना गणिताच्या तासाला रामानुजनच्या बाबतीत हमखास घडणारा एक प्रसंग इथेही घडला. आर्थर बेरी नावाचे एक प्रोफेसर एलिप्टिकल इंटेग्रल्स शिकवायचे. रामानुजन त्यांच्या तासाला बसले होते. तास ऐकताना ते रंगून गेले होते. शिकवता शिकवता बेरी यांनी मागे वळून पाहिलं आणि त्यांचं शिकवणं रामानुजनना समजत होतं ना, तसंच रामानुजनना त्यात काही भर

घालायची होती का, असं विचारलं. त्या वेळी रामानुजननी फळ्याजवळ जाऊन बेरींनी फळ्यावर लिहिलेलं प्रमेयं सोडवायला सुरुवात केली. ते पाहून बेरी आश्चर्यचकित झाले; कारण रामानुजननी लिहिलेला निष्कर्ष बेरींनाही ठाऊक नव्हता! या प्रसंगानंतर किंवा एकदंरीतच अशा प्रकारच्या अनुभवांमुळे रामानुजन केंब्रिजमध्ये चर्चेचा विषय झाले. सुटाबुटातल्या, गोऱ्यापान इंग्रजी लोकांच्या घोळक्यात सावळे, बुटके, काहीसे जाडगेले, थंडीतसुद्धा पायात स्लीपर्स घालणारे रामानुजन वेगळे उठून दिसायचे.

इंग्लंडमध्ये येऊन रामानुजनना दोन महिने होत आले होते. तोपर्यंत ते नेव्हिलच्याच घरी राहत होते, पण आता ते लवकरच केंब्रिजच्या परिसरात, हार्डींच्या घराजवळच राहायला जाणार होते. नेव्हिलना सोडून जाणं रामानुजनना खूप जड गेलं. नेव्हिल आणि ॲलिसमुळेच त्यांना इंग्लंडमध्ये रुळणं सोपं गेलं होतं. भारतात भेटल्यापासून तोपर्यंत नेव्हिलनी प्रत्येक गोष्टीसाठी रामानुजनना मदत केली होती. त्यामुळे साहजिकच रामानुजनच्या मनात त्यांच्याबद्दल खूप जिव्हाळा निर्माण झाला होता. स्वतः नेव्हिल आणि ॲलिसनाही रामानुजनबद्दल स्नेह वाटत होता. मात्र हार्डींबरोबर रोज चर्चा करणं शक्य व्हावं, म्हणून ती जागा सोडून जास्त जवळची राहती जागा शोधणं आवश्यक होतं.

लवकरच रामानुजन केंब्रिजजवळ व्हेवेल कोर्ट इथे राहायला गेले. तिथून हार्डींचं घर पाच मिनिटांच्या अंतरावर होतं. आता त्यांच्या खऱ्या कामाला वेग येणार होता. रामानुजननी घेतलेलं शिक्षण, त्यांचा अनुभव आणि हार्डींना मिळालेलं ज्ञान आणि संधी

यात खूप तफावत होती. एका अर्थाने रामानुजनचं शिक्षण १८८६ साली, जॉर्ज शूब्रिज कार यांच्या सिनॉप्सिस पुस्तकानंतर थांबलेलं होतं. हार्डींच्या बरोबरीने काम करण्यासाठी रामानुजनना खूपकाही शिकावं लागणार होतं... आणि हार्डींनासुद्धा!

गणितविश्वाला नवी देणगी

कित्येक महिने फक्त पत्रांतून सुरू असणारा हार्डी आणि रामानुजन यांचा संवाद आता प्रत्यक्षात घडत होता. पत्र पोहोचायला लागणारे कित्येक दिवस, रामानुजनच्या बुद्धिमत्तेविषयी हार्डींच्या मनात असणाऱ्या शंका, गैरसमज हे सगळं आता बंद झालं होतं. आता रामानुजननी पत्रांतून पाठवलेली प्रमेयं हार्डींना सोडवायची होती. त्या प्रमेयांचा अमुक एक निष्कर्ष कसा आला होता, ती कशी सोडवले होती, रामानुजननी ती कशी मांडली होती अशा कितीतरी प्रश्नांची उत्तरं आणि त्यातून रामानुजनची बुद्धिमत्ता हार्डींना तपासायची होती. रामानुजननी तोपर्यंत पत्रांतून १२० प्रमेयं पाठवलेली होती. ती प्रमेयं डायव्हर्जंट सीरिज, रामानुजनने शोधून काढलेले बर्नोली नंबर्स यांच्यावर आधारित होती. दोघांनी आधी त्यावरच काम सुरू केलं. एकमेकांचे मुद्दे खोडून काढत, त्यावर चर्चा करत, प्रत्येक प्रमेयाच्या तपशिलात जात रात्रंदिवस त्यांचं काम सुरू झालं. त्यातली काही प्रमेयं चुकीची निघाली, तर काही रामानुजनना वाटली होती, तितकी चांगली नव्हती. काही प्रमेयांमध्ये पाश्चात्त्य गणितींनी लावलेले, पण रामानुजनना माहीत नसलेले शोध परत नव्याने लावले गेले होते. असा सगळा गाळ बाजूला केल्यानंतरसुद्धा रामानुजनची जवळपास ८० प्रमेयं पूर्णपणे नवीन होती. रामानुजनच्या पत्रांतून जाणवल्यापेक्षा त्यांची बुद्धिमत्ता कितीतरी पटींनी जास्त असल्याचं

हार्डींच्या लक्षात आलं. गंमत अशी की, ही प्रमेयं म्हणजे रामानुजननी तोपर्यंत केलेल्या कामाची फक्त एक छोटीशी झलक होती. कारण त्यानंतर आदल्या दहा वर्षांत रामानुजननी त्यांच्या वह्यांमध्ये लिहिलेली प्रमेयं हार्डींनी चाळायला घेतली, तेव्हा अशी शेकडो, हजारो प्रमेयं त्यांना मिळाली. प्रत्येक प्रमेयाचा तपशील, त्याच्या पायऱ्या, त्यामागचं गणिती सूत्र शोधायला जावं, तर रामानुजननी त्यांच्या नेहमीच्या शैलीप्रमाणे एखाद-दुसऱ्या ओळीत सगळं सार लिहिलेलं होतं. अशी तीन ते चार हजार प्रमेयं त्या वह्यांमध्ये होती. रामानुजनच्या त्या वह्यांनी कित्येक गणितींना वेड लावलं होतं. बहुतेकांना ती प्रमेयं सोडवता यायची नाहीत. मात्र स्वतःचं अज्ञान कबूल करण्याऐवजी ते रामानुजनच्या बुद्धिमत्तेवरच शंका घ्यायचे.

त्या दरम्यान हंगेरियातल्या जॉर्ज पॉल्या यांची हार्डींशी ओळख झाली होती. त्यांनी हार्डींकडून रामानुजनच्या वह्या तात्पुरत्या मागून घेतल्या. काही दिवसांतच जॉर्ज परत हार्डींकडे आले आणि आल्या आल्या काहीशा रागातच त्यांनी त्या वह्या हार्डींवर भिरकावल्या. ''एकदा मी या रामानुजनच्या प्रमेयांच्या जादूई जाळ्यात अडकलो, तर आयुष्यभर तीच सोडवत राहीन आणि स्वतःहून काही शोधच लावू शकणार नाही'', असंही त्यांनी हार्डींना सांगून टाकलं. खरंतर त्यात काहीच चुकीचं नव्हतं. त्या वह्यांमधली रामानुजनची प्रमेयं सोडवण्याचा मोह कित्येक गणितींना पडला होता; मात्र तोपर्यंत कोणालाच त्यात यश आलेलं नव्हतं. १९२९मध्ये बर्मिंगहॅम विद्यापीठातले गणिताचे प्रोफेसर आणि ट्रिनिटीचे फेलो जी. एन.

वॉटसन आणि केंब्रिज तसंच लिव्हरपूल विद्यापीठात असल्यापासून रामानुजनना ओळखणारे विल्सन या दोघांनी रामानुजनच्या वह्यांमधली प्रमेयं तपशीलवार सोडवण्याचं आव्हान स्वीकारलं. दोन वर्षांनी वॉटसन यांनी कबूल केलं की, त्यातलं एकही प्रमेय सोपं नव्हतं. मॉड्युलर इक्वेशनची एक जोडी सोडवायलासुद्धा त्यांना एक संपूर्ण महिना लागला होता. मात्र तरीही रामानुजननी लावलेले शोध इतरांना सहजपणे समजावेत, म्हणून त्यांनी केलेला हा अट्टाहास यथार्थ होता. ते काम संपवण्यासाठी आणखी पाच वर्षं लागणार होती, असं त्यांना वाटत होतं. किंबहुना १९३०च्या शेवटाला वॉटसनचा उत्साह संपण्याआधीच्या दहा वर्षांच्या काळात वॉटसननी दोन डझनांहून अधिक पेपर्स आणि भरपूर टिपाही तयार केल्या होत्या. त्यानंतर या कामासाठी विल्सन फक्त चारच जास्तीची वर्षं देऊ शकले. कारण एका सर्जरीनंतर १९३५मध्ये ते गेले. त्यानंतर खूप वर्षांनी, म्हणजे १९७७मध्ये वॉटसन-विल्सन यांचं उरलेलं काम ब्रूस बर्न्ट यांनी हाती घेतलं. तब्बल तेरा वर्षांच्या अखंड कामानंतर त्यांनी त्या वह्यांवर आधारित तीन खंड प्रकाशित केले. मात्र त्यांचं काम आजही अपूर्ण आहे.

रामानुजनच्या फक्त पत्रांवरून हार्डी आणि लिटिलवूडना त्यांच्या अचाट बुद्धीची कल्पना आली होती. रामानुजन इंग्लंडमध्ये आल्यानंतर त्यांनी याचा प्रत्यक्ष अनुभव घेतला. म्हणूनच हार्डींनी एके ठिकाणी लिहून ठेवलं आहे, 'आत्तापर्यंत मला रामानुजनच्या तोडीचा कुणीच सापडलेला नाही. त्यांची तुलना युलर किंवा जेकोबीशीच करता येईल' (युलर आणि जेकोबी हे अठराव्या

शतकातले दोन अतिशय थोर गणिती होते). रामानुजननी ते शोध कसे लावले होते, ती प्रमेयं कशी मांडली होती, याचं हार्डींना कुतूहल होतंच; पण रामानुजनची बुद्धिमत्ता पाहून ते खूप चकित व्हायचे. त्यांच्या बुद्धीचा तळ हार्डींनाच काय, पण कुणालाच दिसला नाही. त्यांच्यात गणिती भावनेचा अभाव होता, असंही म्हटलं जायचं. मात्र हार्डींना रामानुजनच्या अस्सल, बावनकशी बुद्धिमत्तेविषयी जराही शंका नव्हती.

रामानुजन इंग्लंडमध्ये येऊन काही महिने झाले होते. हार्डी-लिटिलवूड यांना त्यांच्या वह्यांचीसुद्धा चांगली ओळख झाली होती; पण आता हार्डी-लिटिलवूडनी संशोधनाच्या पेपर्समधून ती प्रमेयं मांडण्याचं ठरवलं. मुळात समजायला अवघड असणारी ती प्रमेयं सविस्तर आणि पायऱ्यांसह लिहिणं आणखी अवघड होतं. तरीही हार्डींनी ते काम स्वतःहून करायला घेतलं. त्या प्रमेयांचं चांगल्या इंग्रजीमध्ये संपादन करावं लागणार होतं. त्यावर थोड्या सोप्या टिपा लिहाव्या लागणार होत्या. त्यासाठी रामानुजनची सगळी हस्तलिखितं, कागद हार्डींनी स्वत:च्या हाताखालून घातले. त्यानंतर रामानुजनच्या वहीतली प्रमेयं शैलीदारपणे मांडली जायला लागली. पहिला पेपर जूनपर्यंत प्रकाशित करण्यासाठी तयार झाला होता.

प्रत्येक महिन्याच्या दुसऱ्या गुरुवारी दुपारी बरोब्बर दोनच्या ट्रेनने हार्डी लंडन मॅथमॅटिकल सोसायटीच्या बैठकीसाठी जायचे. एका गुरुवारी, म्हणजे ११ जून १९१४ रोजी हार्डी रामानुजनचं हस्तलिखित घेऊन पिकॅडलीजवळ सोसायटीच्या बैठक खोलीजवळ भेटणार होते. विशेष म्हणजे, ती प्रमेयं ऐकण्यासाठी सोसायटीतले

प्रसिद्ध गणिती एकत्र जमले होते!

रामानुजन इंग्लंडमध्ये आले तेव्हा, म्हणजेच १९१४ साली त्यांचा फक्त एकच पेपर प्रकाशित झाला. मात्र १९१५ साली त्यांचे भरपूर पेपर्स प्रकाशित झाले. हा त्यातलाच एक महत्त्वाचा पेपर होता - मॉड्युलर इक्वेशन्स अँड अप्रॉक्सिमेशन्स ऑफ पाय. मॉड्युलर इक्वेशन्स अँड अप्रॉक्सिमेशन्स ऑफ पायचं मूल्य सगळ्यांनाच माहीत होतं. तरीही रामानुजननी त्याची नव्याने रचना करून हा पेपर तयार केला होता. 'पाय' ही गणिती विश्वातली एक बुचकळ्यात टाकणारी संकल्पना आहे. पाय म्हणजे वर्तुळाचा परीघ आणि व्यासाची लांबी यांचं गुणोत्तर. हा आकडा किमान ३.१४१५९२६५३५ एवढा धरला जातो. खरंतर तो त्याही पुढचा, खूप मोठा, कधी न संपणारा आहे. मात्र गणिताच्या समीकरणात त्याची किंमत सोयीसाठी इतकीच ठेवली जाते. अशा पायच्या संकल्पनेला रामानुजननी भौमितिक रचना दिली आणि त्यावर आधारित असलेलं त्यांचं संशोधन या पेपरमध्ये लिहिलं.

श्रीनिवास रामानुजन : बी. ए. पास

जेवणाचं ताट समोर आलं की, रामानुजनचं जणू तोंडच कडू व्हायचं. शंभर वर्षांपूर्वीच्या इंग्लंडमध्ये शाकाहारी राहणं खूपच अवघड होतं. एखादी व्यक्ती फक्त शाकाहारीच असू शकते, हेही तिथे कित्येकांना माहीत नसायचं. त्यामुळे शाकाहारी जेवण कुठेच मिळत नव्हतं. रस्सम-भात आणि दही या पदार्थांची सवय असलेल्या रामानुजनच्या घशाखाली तिथलं जेवण उतरत नसे. तिखट-मीठ-मसाल्यांशिवाय शिजवलेलं ते अन्न त्यांना खूपच बेचव लागायचं. तसंच तिथल्या भाज्याही त्यांच्या ओळखीच्या नव्हत्या. त्यामुळे रामानुजनच्या जेवणाचे खूप हाल होत होते. इंग्लंडमध्ये जाऊन वर्ष होऊनही तिथलं जेवण त्यांना आवडत नव्हतं. तिथल्या पेहरावानेही ते हैराण झाले होते. पोटाला घट्ट आवळून घातलेली पँट त्यांना अजिबात आवडत नसे. कित्येक वर्षं धोतर-पंचासारख्या सुटसुटीत कपड्यांमध्ये राहिल्यानंतर शर्ट-पँट, कोट या कपड्यांत ते कायम चुळबुळत असायचे. बुटांचं आणि रामानुजनचं कधी फारसं जमलं नाही. इंग्लंडच्या कडाक्याच्या थंडीतसुद्धा ते साध्या स्लीपर्स घालून वावरायचे. एकंदरीतच, तिथल्या जीवनशैलीशी जुळवून घेणं रामानुजनना फारसं जमलं नाही. मद्रासमधलं साधं, खेडवळ वातावरण, उबदार हवा, स्वच्छ सूर्यप्रकाश, नदी-नाले, गवताची कुरणं, मंदिरं या वातावरणाची त्यांना खूप आठवण यायची.

रामानुजन दर महिन्याला घरी न चुकता पत्रं पाठवायचे. आईला, जानकीला, शिवाय नारायण अय्यर आणि मद्रासमधल्या बाकीच्या सरांना, मित्रांना त्यांची पत्रं जायची. अजूनही शाकाहार पाळत असल्याचं, कोणत्याही चालीरिती तोडलेल्या नसल्याचं आईसाठी लिहिलेल्या पत्रात ते आवर्जून लिहायचे. मित्र-सहकाऱ्यांना लिहिलेल्या पत्रात अर्थातच गणिताच्या कामाबद्दल, केंब्रिजमध्ये मिळत असलेल्या सन्मानाबद्दल जास्त लिहिलेलं असायचं. जेवण-कपड्यांचा त्रास असला, तरी ते इंग्लंडमध्ये खूश होते. कुंबकोणम आणि मद्रासमध्येसुद्धा त्यांच्या ओळखीचं वातावरण होतं, घरचं सुग्रास अन्न होतं, बरेच मित्र होते, त्या सगळ्यांनाच रामानुजनच्या गणित कौशल्यांचा आदर होता, मात्र या सगळ्या मित्रांमध्ये रामानुजनचं काम समजण्याची, त्यावर चर्चा करण्याची कुवत नव्हती. त्यामुळे शेवटी रामानुजन एकटेच पडायचे. जो विषय त्यांचं सर्वस्व होता, त्याबद्दल इतरांशी बोलताना त्यांना मर्यादा यायच्या. इंग्लंडमध्ये मात्र तसं नव्हतं. हार्डी-लिटिलवूडबरोबर गणितावर त्यांची तासन्तास चर्चा व्हायची. इंग्लंडमधलं त्यांचं सगळं आयुष्यच गणितमय होतं. एव्हाना त्यांची इतर गणितींशी, प्रोफेसर्सशी ओळख झाली होती. तिथल्या भारतीय विद्यार्थ्यांसाठी तर रामानुजन हिरो होते. त्यामुळे बाकीचं जगणं कितीही अवघड जात असलं, तरी रामानुजन तिकडे खूश होते... आणि पहिल्या महायुद्धाच्या निमित्ताने त्यांच्या आनंदावर विरजण पडलं.

१९१३पासून जर्मनी आणि फ्रान्समध्ये अशांतता निर्माण झाली होती. वेगवेगळ्या कारणांवरून दोन्ही देशांमध्ये धुसफुस सुरू होती.

शेवटी २८ जून १९१४ या दिवशी दोन्ही देशांनी युद्ध जाहीर केलं आणि काही दिवसांतच, म्हणजे ४ ऑगस्टला इंग्लंडही त्यात सामील झालं. संपूर्ण देश युद्धमय झाला. केंब्रिजसारखं महत्त्वाचं शहरही युद्धापासून दूर नव्हतं. केंब्रिजच्या परिसरात लष्कराच्या छावण्या पडायला लागल्या. कॉर्पस ख्रिस्ती कॉलेजमध्ये अधिकाऱ्यांच्या प्रशिक्षणासाठी तात्पुरती सोय केली गेली, तर ट्रिनिटीच्या ग्रंथालयात लाकडी फळ्या जमिनीवर टाकून हॉस्पिटल तयार केलं गेलं. केंब्रिजच्या प्रशस्त सभागृहात सैन्याच्या अधिकाऱ्यांसाठी जेवणाची सोय होती. विद्यार्थी, शिक्षक सगळेच युद्धाच्या कामात सहभागी झाले होते. कोणत्याही स्तरावरचा, कितीही मोठा प्रोफेसर, शास्त्रज्ञ, गणिती असला, तरी तोही त्याच्या परीने युद्धाच्या कामात सामील होत होता. लिटिलवूड आणि इतर काही प्रोफेसर्स प्रत्यक्ष युद्धात सहभागी होण्यासाठी गेले होते, तर स्वतः हार्डींनीही युद्धसेवेसाठी अर्ज केला होता. मात्र वैद्यकीय कारणांमुळे त्यांना परवानगी दिली गेली नव्हती. सगळा देश युद्धाच्या छायेत होता. खाण्यापिण्याच्या वस्तू खूप महाग झाल्या होत्या. अशा परिस्थितीमध्ये गणिताकडे कुणाचं लक्ष जाणार होतं! आत्ता कुठे रामानुजनच्या आयुष्यात काहीतरी चांगलं घडत असतानाच युद्धामुळे त्यांची स्वप्नं परत एकदा दुरावली. त्यांनी आणि हार्डींनी मांडलेल्या प्रमेयांचं प्रकाशन लांबणीवर पडलं. रामानुजनचं काम लंडनच्या गणिताशी संबंधित प्रतिष्ठित जर्नल्समध्ये प्रकाशित होणं फार महत्त्वाचं होतं. कारण तरच त्यांच्या कामाला सर्वमान्यता मिळणार होती. भारतात असलेले त्यांचे मित्र, विद्यापीठाचे अधिकारी यांच्या दृष्टीने ही जर्नल्स म्हणजे

रामानुजनच्या कामावर, बुद्धीवर झालेलं शिक्कामोर्तब होतं. त्यामुळे रामानुजनही स्वत:चे पेपर्स प्रकाशित होण्याची आतुरतेने वाट पाहत होते. नोव्हेंबरनंतर मात्र युद्धाची ही स्थिती थोडीफार निवळायला लागली.

केंब्रिजला गेल्यापासून रामानुजन प्रमेयांचे शोध लावणं, जुनी प्रमेयं नव्याने तपासणं, त्यांची एकंदर मांडणी यातच गुंतलेले होते. या कामातून त्यांना खूप समाधान मिळत असलं, तरी गणितविश्वात प्रतिष्ठित मानल्या जाणाऱ्या जर्नल्सनी आता त्यांच्या कामाची दखल घ्यावी, असं त्यांना मनातून वाटत होतं. लवकरच त्यांची ही इच्छा पूर्ण झाली. त्यांचे एकूण सहा पेपर्स छापून आले. त्यातले पाच इंग्रजी जर्नल्समध्ये आणि एक इंडियन मॅथमॅटिकल सोसायटीच्या जर्नलमध्ये छापून आला. १९१५चं ते वर्ष रामानुजनसाठी फार महत्त्वाचं ठरलं. वर्ष संपत असतानाच त्यांचा हायली कॉम्पोझिट नंबर्स - संमिश्र संख्यांवरचा एक पेपर 'प्रोसिडिंग्ज ऑफ द लंडन मॅथमॅटिकल सोसायटी' या जर्नलमध्ये छापून आला. केंब्रिजमध्ये आल्यापासून त्यांनी केलेल्या कामांमध्ये हा पेपर सगळ्यात जास्त महत्त्वाचा होता. आदल्या वर्षी जूनमध्येच हार्डींनी सोसायटीच्या काही सदस्यांना तो सिद्धान्त सांगितला होता. त्यानंतर बरेच महिने, म्हणजे साधारपणे नोव्हेंबरपर्यंत रामानुजन त्या सिद्धान्तावर काम करत होते. या सिद्धान्ताची उजळणी करण्यासाठी त्यांना त्याहीपेक्षा जास्त वेळ लागला. शेवटी मार्चमध्ये त्यांचा हा सिद्धान्त छापून आला. हा सिद्धान्त तपासण्यासाठी प्रतिष्ठित, नामवंत गणितींना बोलवलं होतं. गेल्या कित्येक वर्षांत इंग्लंडमध्ये गणितावरचा

इतका चांगला पेपर छापून आला नव्हता, यावर सगळ्यांचं एकमत झालं!

एकीकडे कॉम्पोझिट नंबर्सच्या पेपरला मानसन्मान मिळत असताना रामानुजनच्या डोक्यात मात्र वेगळंच विचारचक्र सुरू झालं होतं. आता त्यांना इंग्लंडमध्ये येऊन दोन वर्षं झाली होती. विद्यापीठाने दिलेली स्कॉलरशिप लवकरच संपणार होती. म्हणजेच त्यांना भारतात परत जावं लागणार होतं. खरंतर त्यांना इतक्यात परत जावंसं वाटत नव्हतं. युद्धामुळे मधल्या काही काळासाठी त्यांचं काम थांबलं होतं आणि त्यामुळे ते पूर्णही झालं नव्हतं. केंब्रिजमध्ये प्रत्येक विद्यार्थ्याच्या प्रगतीवर लक्ष ठेवण्यासाठी एक प्रोफेसर असायचे. रामानुजनच्या शिक्षकांचं नाव ई. डब्ल्यू. बार्न्स होतं. बार्न्स खूप प्रसिद्ध आणि ज्येष्ठ प्रोफेसर्सपैकी एक होते. इंग्लंडच्या गणिती वर्तुळात त्यांच्या नावाचा दरारा होता. त्यांना रामानुजनची चिंता माहीत होती. म्हणून नोव्हेंबर २०१५मध्ये त्यांनी स्वतःच भारतातल्या फ्रान्सिस ड्यूजबरी यांना पत्र लिहिलं, 'रामानुजनला इथे पाठवण्याचा निर्णय पूर्णपणे बरोबर होता. इथे तो तुमच्या सगळ्या अपेक्षा पूर्ण करतो आहे; पण आता त्याची स्कॉलरशिप संपत आली आहे. ती जर वाढवता आली, तर कदाचित ट्रिनिटीची फेलोशिप मिळेपर्यंत, म्हणजे १९१७पर्यंत त्याला इथे राहाता येईल...' ट्रिनिटीसारख्या कॉलेजची फेलोशिप म्हणजे खूप मोठी सन्मानाची गोष्ट होती. काही दिवसांनी हार्डींनीसुद्धा भारतात पत्र पाठवलं आणि विद्यापीठाने आणखी एका वर्षासाठी स्कॉलरशिप वाढवण्याचं ठरवलं.

स्कॉलरशिप वाढवल्यामुळे रामानुजनची मोठी काळजी दूर झाली. खरंतर त्या स्कॉलरशिपमधून मिळणारे पैसे फार कमी होते; पण मुळातच रामानुजनच्या गरजाही फार कमी होत्या. त्यामुळे ते पैसे त्यांना पुरायचे. आता युद्धाचा ताण बराच कमी झाला होता, काही पेपर्स प्रकाशित झाल्याचं समाधानही होतं. एकंदरीत सगळं सुरळीत सुरू होतं. फक्त एक गोष्ट रामानुजनना खुपत होती. खरंतर गेले कितीतरी दिवस, महिने किंबहुना कित्येक वर्षं ती गोष्ट रामानुजननच्या डोक्यात कुठेतरी सलत होतीच. ती म्हणजे, त्यांच्याकडे पदवी नव्हती. खरंतर या टप्प्यावर पदवीमुळे त्यांच्या आयुष्यात खूपकाही फरक पडणार नव्हता, पण तरीही त्यांच्या दृष्टीने पदवीला भावनिक महत्त्व होतं. ते विद्यापीठात रिसर्च स्टुडंट म्हणून आले होते. एरवी पदवी असल्याशिवाय रिसर्च स्टुडंट म्हणून काम करता येत नसे. मात्र रामानुजनसाठी तो नियम वाकवण्यात आला होता. शेवटी त्यांनी पदवीसाठी अर्ज करायचं ठरवलं. रिसर्चच्याच आधारे पदवी मिळवता येणार होती. म्हणून त्यांनी हायली कॉम्पोझिट नंबर्सवर लिहिलेल्या पेपरच्या आधारे पदवीसाठी अर्ज केला, त्यासाठी गरजेची असलेली फी भरली आणि विद्यापीठानेही त्यांना बी.ए. (बाय रिसर्च) डिग्री देण्याचं मान्य केलं. शाळा संपल्यानंतर, दोन कॉलेजमधलं शिक्षण अर्धवट सोडल्यानंतर, कित्येकदा परीक्षेत नापास झाल्यानंतर अखेर मार्च १९१६मध्ये इंग्लंडच्या केंब्रिज विद्यापीठाने रामानुजनना पदवी दिली. तोपर्यंत केलेल्या कामगिरीत पदवी मिळण्याचा हा क्षण त्यांना सगळ्यात जास्त समाधान देणारा होता!

शाकाहाराचा हट्ट

दुपारची जेवणाची वेळ झाली होती. सगळे जण जेवायला निघाले होते. हार्डी आणि बाकीचे ट्रिनिटी फेलो साहजिकच एकत्र किंवा कुणाबरोबर तरी जेवायला जायचे. दुपारी आणि रात्रीसुद्धा बहुतेक जण जेवायला एकत्र असायचे. दिवसभर मेंदूला थकवा आणणारं काम केल्यानंतर निवांत गप्पा मारून सगळ्यांनाच तो थकवा घालवायला आवडायचा. केंब्रिजमध्ये एक मोठं, लांबलचक सभागृह होतं. टिपिकल ब्रिटिश पद्धतीने बांधलेल्या त्या सभागृहात लाकडाची लांबच लांब टेबल्स ठेवलेली होती. म्हणून सगळे जण त्या सभागृहाला 'हायटेबल' म्हणायचे. हार्डी-लिटिलवूडही त्याला अपवाद नव्हते. तिथे आल्यानंतर मेन्यूमधल्या पदार्थांवरच त्यांच्या जास्त गप्पा व्हायच्या. बर्लिन पुडिंग नावाचं डेझर्ट मेन्यूमधून काढलं जावं, म्हणून हार्डींनी चळवळ उभारायची बाकी ठेवली होती, तर ते आणि लिटिलवूड यांचं आवडतं प्लम पुडिंग मेन्यूमध्ये कायम राहावं म्हणून हार्डी इतरांना त्या पुडिंगचं महत्त्व पटवून देत असायचे. या सगळ्यात रामानुजन मात्र त्यांच्याबरोबर कधीच नसायचे.

हार्डी-लिटिलवूड आणि इतरांशीही रामानुजनची मैत्री असली, तरी ती एका मर्यादेपर्यंतच होती. मुळातच त्या काळी इंग्लंडमध्ये खूप तीव्र वर्णभेद होता. गोऱ्या कातडीचे इंग्रज सावळ्या रंगाच्या लोकांना फारसे सामावून घेत नसत आणि भारतातल्या मुलांनाही

इंग्लंडमधल्या चालीरीती, त्यांचं मोकळं वागणं आवडत नसे. त्यामुळे आधीच एकलकोंडे असलेले रामानुजन तिथे आणखीनच एकटे पडले. मांसाहार, शर्ट-पँट घालणं अशा सगळ्या खाण्या-वागण्याच्या सवयी काही केल्या रामानुजनना आवडत नव्हत्या. त्यामुळे सुट्टी असेल किंवा कुठे बाहेर जायचं नसेल, तर ते घरी कुंबकोणमप्रमाणे धोतर-सदरा आणि कपाळावर नमम अशा तऱ्हेने राहायचे.

फावल्या वेळात हार्डी, लिटिलवूड, नेव्हिल असे सगळे टेनिस नाहीतर क्रिकेट खेळायला जायचे; रामानुजन अर्थातच त्यांच्यात नसायचे. तिथल्या भारतीय विद्यार्थ्यांनी सुरू केलेल्या एका ग्रुपमध्येही रामानुजन कधी गेले नाहीत. इतकंच काय, पण डायफंटाईन नंबर्सवर रामानुजननी लिहिलेला पेपरही केंब्रिज फिलॉसॉफिकल सोसायटीमध्ये हार्डींनीच वाचून दाखवला. तसंच हार्डी आणि रामानुजन यांनी एकत्र लिहिलेला पेपर लंडन मॅथमॅटिकल सोसायटीमध्ये हार्डींनीच वाचून दाखवला.

इतरांबरोबर मिळून-मिसळून राहण्याचा रामानुजनचा स्वभाव नव्हता, हे जरी खरं असलं, तरी त्यांच्यासारख्या क्षमतेच्या माणसाला थोडा विरंगुळा गरजेचा होता. आधीच तिथल्या एकूण वातावरणाशी ते जुळवून घेऊ शकत नव्हते. त्यात त्यांच्या एकलकोंड्या स्वभावामुळे त्यांच्या मनावर आणखी ताण यायला लागला. दिवसभर गणितामध्ये अक्षरशः बुडून गेल्यावर बुद्धीला थोडातरी विसावा आवश्यक होता, पण रामानुजनने या गोष्टीकडे कधी फारसं लक्ष दिलं नाही. याचा नकळतपणे त्यांच्या तब्येतीवर

परिणाम व्हायला लागला. त्यात १९१७ सालच्या थंडीने आणखीनच भर घातली. इंग्लंडमध्ये दर वर्षीच भरपूर थंडी असायची. कित्येक महिने सूर्याचं दर्शनही होत नसे. तिथली घरंही गोठवणाऱ्या थंडीला अडवतील अशी दगडी, फारशा खिडक्या नसलेली असायची. भारतात रामानुजनना मोकळ्या आणि हवा खेळती असणाऱ्या घरात राहण्याची सवय होती. त्यामुळे इंग्लंडमध्ये अशा तऱ्हेने राहताना त्यांना तुरुंगात राहिल्यासारखं वाटायचं.

कॉलेजमधलं काम झालं की, रामानुजन खोलीवर परत येऊन स्वतःसाठी जेवण बनवायचे आणि एकटेच खायचे. अर्थात, ते स्वतः बनवत असले, तरी त्याची चव काही खास नसायची. मुळात त्यांचं आवडीचं जेवण - रस्सम, भात आणि दही बनवण्यासाठी लागणारे पदार्थ तिकडे फारच क्वचित मिळायचे. पुन्हा स्वतःकडे लक्ष देण्याबाबतीत रामानुजन फारसे उत्साही नव्हते. तसंच रस्सम-भातासारखं जेवण बनवण्यासाठी बराच वेळ लागायचा. इतका वेळ आणि उत्साह त्यांच्याकडे नव्हता. त्यामुळे बरेचदा त्यांना जेवण बनवण्याचा कंटाळा येत असे. मग पुष्कळ वेळा ते दिवसातून एकदाच आणि कित्येकदा एक दिवसाआड जेवण बनवायचे. सुदैवाने इंग्लंडमध्ये त्यांना भरपूर ताजी फळं मिळायची. मग ते नुसती फळंच खायचे. १९१५ साली सुब्रमण्यम यांना पाठवलेल्या पत्रात रामानुजन लिहितात, 'आता माझा चवीशी काहीही संबंध राहिलेला नाही. मला वाटतं, मी भात, लिबांचा रस आणि मीठ एवढा एकच प्रकार खाऊन वाट्टेल तेवढं जगू शकतो.' खाण्याकडे दुर्लक्ष करण्याच्या आणि शाकाहाराच्या आग्रहाचा त्यांच्या आरोग्यावर किती गंभीर

परिणाम होणार होता, याची तेव्हा त्यांना अजिबात कल्पना नव्हती.

इंग्लंडमध्ये आल्यानंतर सुरुवातीची एक-दोन वर्षं रामानुजनच्या तब्येतीने त्यांना बऱ्यापैकी साथ दिली; पण मुळातच त्यांची प्रकृती नाजूक होती. पुन्हा युद्धाच्या दरम्यान आणि खासकरून ते संपल्यानंतरच्या काळात भाज्या-फळांचा खूप तुटवडा निर्माण झाला. केंब्रिजच्या हायटेबललासुद्धा सगळ्यात जास्त लागणारे बटाटे, मासे, ब्रेड पुरेसे मिळत नव्हते. त्यामुळे रामानुजनना लागणाऱ्या भाज्या मिळण्याचा प्रश्नच येत नव्हता. अखेर अपुरं आणि अनियमित जेवण, जेवणात भाज्या-फळं नसणं, सारखं काम करणं, शरीराला अजिबात व्यायाम नसणं, एकटेपणा, तीव्र हवामान यांमुळे रामानुजन खूप आजारी पडले.

रामानुजनना खूप ताप येत होता. सुरुवातीला केंब्रिजच्या डॉक्टरनी त्यांच्यावर थोडेफार उपचार केले. त्यांच्या पोटात अल्सर झाला असावा, असं डॉक्टरना सुरुवातीला वाटलं. मग दुसऱ्या डॉक्टरनी त्यांच्या रक्तात विषबाधा झाल्याचं निदान केलं. रामानुजन तिकडे कॅनमधल्या भाज्या वापरायचे, पण त्या भाज्या शिजवताना कढई, पातेलं न वापरता तसाच्या तसा कॅन गॅसवर ठेवूनच ते भाज्या शिजवायचे. त्यामुळे त्या कॅनमधून निघणारे विषारी वायू जेवणातून त्यांच्या शरीरात गेल्याचा अंदाज होता. प्रत्येक डॉक्टरचं निदान वेगळं येत होतं आणि कुणाच्याच औषधाने त्यांना बरं वाटत नव्हतं. बरं न वाटण्यामागे रामानुजनचा हट्टीपणाही तितकाच कारणीभूत होता. सुरुवातीला हार्डींनी त्यांना जवळच्याच एका दवाखान्यात दाखल केलं होतं. असं म्हणतात की, तिथून परतल्यावर

स्वतः हार्डींनीही त्यांची देखभाल करण्याचा प्रयत्न केला होता, पण रामानुजनच्या हट्टीपणापुढे त्यांचंही काही चाललं नव्हतं. ते डॉक्टरनी सांगितलेलं पथ्यपाणी-औषधं कधीच व्यवस्थित घेत नसत. अगदी आजारी असतानाही! स्वतःची काळजी घेणं त्यांना अजिबात आवडत नव्हतं. डॉक्टरनी सांगितलेली कुठलीच गोष्ट ते ऐकत नसत. गरम पाणी पिण्याचा सल्ला जवळपास प्रत्येक डॉक्टरने देऊनही रामानुजननी तेवढंही कधी ऐकलं नव्हतं. डॉक्टर आणि त्यांच्या औषधांबद्दल रामानुजनची मतं खूपच कर्मठ होती. कदाचित लहानपणापासून झाडपाल्याची औषधं घेतल्यामुळे त्यांचा या औषधांवर विश्वास नव्हता. शेवटी हार्डींनी १९१७च्या मे महिन्यात मद्रास विद्यापीठाला रामानुजनच्या आजारपणाबद्दल कळवून टाकलं. सुब्रमण्यम यांनाही हार्डींनी पत्र पाठवलं. त्यात त्यांनी रामानुजनच्या उपचार घेतानाच्या हट्टीपणाबद्दलही प्रामाणिकपणे लिहलं. आजारपणाचं नेमकं कारण सापडत नसल्यामुळे आणि डॉक्टरचं न ऐकण्याच्या रामानुजनच्या स्वभावामुळे त्यापुढच्या दोन वर्षांत रामानुजननी आठ डॉक्टर बदलले आणि पाच वेळा वेगवेगळ्या हॉस्पिटल्समध्ये दाखल झाले; पण तरीही गुण येत नव्हताच. रामानुजनच्या या परिस्थितीचं हार्डींना फार वाईट वाटत होतं. जितक्या गणितींना भेटण्यासाठी ते इंग्लंडमध्ये आले होते, त्यांच्यापैकी निम्म्या जणांनासुद्धा युद्धामुळे भेटता आलं नव्हतं आणि आता तब्येतीमुळे त्यांचं काम थांबलं होतं. शेवटी मेंडिप हिल्स सॅनिटोरियम नावाच्या एका हॉस्पिटलमध्ये त्यांना डॉ. चौरी-मुथ्थू भेटले. ते भारतीय होते आणि तीन वर्षांपूर्वी रामानुजन इंग्लंडमध्ये येताना

तेही नेवासा बोटीवर होते. डॉ. मुथ्थू टीबी स्पेशालिस्ट होते.

रामानुजन जेवढे शरीराने आजारी होते, तेवढेच ते मनानेही दुःखी होते. मात्र याचं कारण कुणालाही नीट माहीत नव्हतं. हॉस्पिटलमध्ये भेटायला आलेल्या हार्डीजवळ शेवटी त्यांनी त्यांचं मन मोकळं केलं. सांगितलेल्या वेळेला रामानुजन भारतात न गेल्यामुळे त्यांची आई खूप नाराज झाली होती. शेवटी एकमेकांशी अबोला धरण्याइतके त्यांचे संबंध विकोपाला गेले होते. कोमलताम्मलने जानकीलाही पत्र पाठवायला बंदी घातली होती. जवळपास एक वर्ष असं सुरू होतं. हे रामानुजननी कुणालाच सांगितलेलं नव्हतं. एकीकडे ते भारतापासून दूर होते, त्यांचा त्यांच्या घरच्यांशी संपर्क तुटलेला होता आणि इंग्लंडमध्येही त्यांचे कुणी जवळचे मित्र नव्हते. हार्डी आणि रामानुजन उत्तम सहकारी होते, पण त्यांच्यात घनिष्ट मैत्री कधीच नव्हती. यात आणखी एका गोष्टीची भर पडली. त्यामुळे रामानुजन जास्तच खचून गेले. रामानुजनचे शिक्षक बार्न्स यांनी १९१६ साली मद्रास विद्यापीठाला पाठवलेल्या पत्रात १९१७ मध्ये रामानुजनना ट्रिनिटी कॉलेजची फेलोशिप मिळण्याची दाट शक्यता असल्याचं लिहिलं होतं. मात्र प्रत्यक्षात तसं झालं नाही. ऑक्टोबर १९१७ मध्ये अपेक्षित असलेली ही फेलोशिप रामानुजनना दिली गेली नाही. त्या काळी असलेल्या तीव्र वंशभेदामुळे ती फेलोशिप रामानुजनना दिली गेली नसल्याचं म्हटलं जातं. या गोष्टीमुळे रामानुजन प्रचंड निराश, दुःखी आणि अस्वस्थ झाले. त्यांनी जणू आजारातून उठण्याची इच्छाच सोडून दिली.

दरम्यान त्यांना डर्बीशायरमध्ये असलेल्या मेटलॉक सॅनिटोरियममध्ये हलवण्यात आलं. तिथे टीबीवर चांगले उपचार होत असल्याचं सगळे म्हणत. इंग्लंडमधली ही सॅनिटोरियम्स, म्हणजेच हॉस्पिटल्स कडक शिस्तीची होती. पथ्य-पाणी, भेटायला येणारे नातेवाईक अशा सगळ्या गोष्टींवर खूप बंधनं होती. त्या काळी टीबीवर फारशी चांगली औषधं उपलब्ध नव्हती. पेशंटला त्याच्या थंडगार खोलीत खिडक्या-दारं न लावता, फायरप्लेस न देता ठेवणं, हा टीबीवरचा सगळ्यात परिणामकारक उपचार मानला जायचा. थंडगार वातावरण, आधीच न आवडणारं आणि त्यात पथ्याचं जेवण, एकटेपणा यांमुळे रामानुजन निराशेने पार घेरून गेले होते आणि मनाने पुरेपूर खचले होते.

आजारपण आणि एकटेपणा

रामानुजनना अपेक्षित असलेली आणि त्याहीपेक्षा महत्त्वाचं म्हणजे, त्यांच्या योग्यतेची ट्रिनिटीची फेलोशिप मिळवून देण्यात कमी पडल्याची सल हार्डींच्या मनात होती. एक गणिती म्हणून रामानुजन किती थोर होते, याची हार्डीइतकी कुणालाच कल्पना नव्हती. त्यात रामानुजनच्या आजारपणामुळे हार्डींना त्यांची आणखीनच काळजी वाटत होती. रामानुजनच्या तोडीची मान्यता त्यांना मिळवून देण्याचा हार्डींनी निश्चय केला. त्याची सुरुवात ६ डिसेंबर १९१७ मध्ये लंडन मॅथमॅटिकल सोसायटीपासून झाली. रामानुजन या सोसायटीचे सन्माननीय सभासद झाले. मात्र हार्डींच्या डोक्यात रामानुजनना त्याहीपेक्षा मोठा सन्मान मिळवून देण्याचा विचार होता. दोनच आठवड्यांत, म्हणजे १८ डिसेंबरला स्वतः हार्डी आणि तेव्हाच्या ११ नामवंत गणितींनी रामानुजनच्या नावाने एक फॉर्म भरला. तो फॉर्म रॉयल सोसायटी ऑफ लंडनच्या फेलोशिपचा होता!

'रॉयल सोसायटी' ही लंडनमधली खूप जुनी आणि अत्यंत प्रतिष्ठित सोसायटी होती. गणित आणि विज्ञान शाखेमध्ये भरीव कामगिरी करणाऱ्यांनाच त्या सोसायटीची फेलोशिप मिळत असे. काही नोबेल पारितोषिक विजेते त्या सोसायटीचे फेलो होते. मोठमोठे शास्त्रज्ञही स्वतःच्या नावापुढे एफ.आर.एस. म्हणजेच 'फेलो ऑफ

रॉयल सोसायटी' हे बिरुद लावायला मिळावं, म्हणून उत्सुक असायचे. अर्थात, ते मिळणं सहजसोपं नव्हतं. एफ.आर.एस.च्या या बिरुदापुढे ट्रिनिटीची फेलोशिपही फिकी होती. हार्डींनी रामानुजनचे पेपर्स आणि त्यांच्या नावाचा फॉर्म रॉयल सोसायटीमध्ये दाखल केला. त्यावर इतर ११ गणितींनी सह्या केल्या. सोसायटीत अर्ज केलेल्यांची नावं जानेवारीमध्ये वाचून दाखवली जात. त्या वर्षी रामानुजनशिवाय आणखी १०३ जणांनी अर्ज केला होता. फेलोशिप जाहीर होण्यासाठी अजून एक महिना होता. मात्र तोपर्यंत थांबण्याची हार्डींची तयारी नव्हती. रामानुजनच्या गुणवत्तेबद्दल हार्डींना किंवा इतर गणितींना अजिबात शंका नव्हती, मात्र रामानुजनची तब्येत लक्षात घेता, घाई करणं गरजेचं असल्याचं त्यांचं मत होतं. म्हणून हार्डी सोसायटीचे तेव्हाचे अध्यक्ष जे. जे. थॉम्सन (इलेक्ट्रॉनचा शोध लावणारे, नोबेल पारितोषिक विजेते) यांना जाऊन भेटले आणि त्यांना रामानुजनच्या तब्येतीबद्दल सांगितलं. ''मला रामानुजनच्या गुणवत्तेबद्दल काहीच शंका नाही. एरवी सगळंकाही नेहमीच्या प्रक्रियेनुसार करायला माझीही काही हरकत नव्हती. रामानुजनची तब्येत ठीक असती, तर कदाचित या फेलोशिपसाठी आम्ही घाईही केली नसती. आम्ही अजून एक वर्षभर थांबलो असतो; पण पुढच्या निवडणुकीला रामानुजन असतील, असं मला वाटत नाही. दुर्दैवाने तसं झालं, तर त्यांना फेलोशिप न दिल्याचा कलंक सोसायटीला कायम वागवावा लागेल.'' असं हार्डींनी त्यांना स्पष्ट सांगितलं. रामानुजनच्या नावाची अशी घाई करताना हार्डींनाही कसंतरी वाटत होतं; पण रामानुजनची तब्येत बघून ते अस्वस्थ

झाले होते. ट्रिनिटीची फेलोशिप न मिळाल्यामुळे रामानुजन खूप खचले होते. 'आपण अपयशी झालो', असं वाटून त्यांनी जगण्याची आशा सोडून देता कामा नये, असं हार्डींना तीव्रपणे वाटत होतं.

तिकडे रामानुजनच्या आयुष्यात काहीच फरक पडत नव्हता. त्यांचं मेटलॉक हॉस्पिटल लंडनपासून तसं दूर होतं. मुळात तिकडे त्यांचे मित्र असे कुणीच नव्हते. त्यामुळे हॉस्पिटलमध्ये त्यांना कुणी भेटायला येण्याचाही प्रश्न नव्हता. घरच्यांशी पत्रव्यवहार केव्हाच थांबलेला होता. हॉस्पिटलच्या त्या भयाण, एकाकी, थंडगार वातावरणात रामानुजन पूर्णपणे एकटे पडले होते... आणि एक दिवस त्यांना एक तार मिळाली. तार हार्डींची होती. रामानुजननी ती एकदा वाचली, दोनदा वाचली, पण ते जे वाचत होते, त्यावर त्यांचा विश्वासच बसत नव्हता. रामानुजनना रॉयल सोसायटीची फेलोशिप मिळाल्याचं त्यात म्हटलं होतं. रामानुजन एफ.आर.एस झाले होते! त्या वर्षी १०४ अर्जांपैकी फक्त १५ जणांना फेलोशिप मिळाली होती आणि रामानुजन त्यांपैकी एक होते. तारेचं उत्तर पाठवताना रामानुजननी लिहिलं, 'तुमचे आभार मानण्यासाठी मला शब्द अपुरे पडत आहेत. माझी निवड होईल, असं मला कधी स्वप्नातही वाटलं नव्हतं.'

ही बातमी लवकरच भारतातही पोहोचली. इंडियन मॅथमॅटिकल सोसायटी आणि रामानुजनच्या मित्रांना खूप आनंद झाला. सेशू अय्यर सरांनी हार्डींना पत्र लिहून त्यांचे आभार मानले. रामानुजनना मे महिन्यात ही फेलोशिप दिली जाणार होती. मात्र खराब तब्येतीमुळे ते त्या कार्यक्रमाला जाऊ शकले नाहीत.

या बातमीमुळे रामानुजनना आणखी एक जुना मित्र परत

मिळाला. तीन वर्षांपूर्वी, इंग्लंडमध्ये आल्या आल्या, भारतीय विद्यार्थ्यांसाठीच्या केंद्रामध्ये दक्षिण भारतातल्याच ए. एस. रामालिंगम याच्याशी रामानुजनची भेट झाली होती. त्या केंद्रातून रामानुजन नेव्हिलकडे राहायला गेले होते आणि रामालिंगम सैन्यात भरती झाला होता. पुढे त्यांचा काहीच संपर्क राहिला नव्हता. रॉयल सोसायटीच्या फेलोशिपची बातमी वाचल्यानंतर हार्डींच्या मदतीने रामालिंगम रामानुजनपर्यंत पोहोचला होता. त्याच्या रूपाने रामानुजनना अनेक दिवसांपासून हवं असलेलं, त्यांच्या देशाचं, धर्माचं माणूस मिळालं होतं. त्याने रामानुजनची परिस्थिती नेमकी ओळखली. अनेक दिवस मनात साचून राहिलेल्या कितीतरी गोष्टी रामानुजनने त्याला मोकळेपणाने बोलून दाखवल्या. अगदी घरच्यांच्या पत्रव्यवहारापासून ते गरमागरम डोसे खावेसे वाटत असल्यापर्यंत सर्वकाही रामानुजनने त्याला सांगितलं! मग रामालिंगमनेही एखाद्या जुन्या आणि घनिष्ट मित्राप्रमाणे त्यांची काळजी घ्यायला सुरुवात केली. रामानुजनना आवडीचं अन्न मिळत नसल्याचं कळल्याबरोबर त्याने भारतात, स्वत:च्या घरच्यांना टिपिकल दाक्षिणात्य पदार्थ पाठवायला सांगितले. त्यामुळे कितीतरी वर्षांनी रामानुजनना घरी कढवलेलं साजूक तूप खायला मिळालं. रामालिंगम कधी मेटलॉकच्या डॉक्टरांशी भांडून रामानुजनसाठी वेगळं जेवण बनवण्याची परवानगी मागायचा, तर कधी हार्डींना पत्र लिहून रामानुजनना हवं ते खायला देणं योग्य असल्याचं पटवायचा. त्या काळात रामालिंगमने रामानुजनची पुरेपूर काळजी वाहिली.

एव्हाना रामानुजनची तब्येत स्थिर झाली होती. मात्र ते खूप

अशक्त झाले होते. ऑक्टोबर महिना जवळ आला, तसं हार्डींनी परत एकदा ट्रिनिटी फेलोशिपसाठी रामानुजनचं नाव दाखल करावं म्हणून हालचाली सुरू केल्या. मात्र या वेळी ट्रिनिटीमधल्या राजकारणामुळे त्यांना अर्जही करता आला नाही. सुदैवाने लिटिलवूड युद्धावरून काही काळाची सुट्टी घेऊन केंब्रिजला आले होते. त्यांनीच रामानुजनचं नाव आणि पेपर्स ट्रिनिटी फेलोशिपसाठी दाखल केले. परत एकदा रामानुजनचं नाव त्यांच्या सावळ्या रंगामुळे नाकारलं जाणार होतं. ट्रिनिटीचे बहुतेक फेलो त्यांच्या नावाला कडाडून विरोध करत होते. शेवटी लिटिलवूडनी रामानुजनच्या नावाला विरोध करणारे ट्रिनिटीचे एक फेलो आर. ए. हर्मन यांना कचाट्यात पकडणारं एक पत्र लिहिलं. 'तुम्ही ज्या व्यक्तीला फेलोशिप नाकारता आहात, ती व्यक्ती एफ.आर.एस. आहे आणि एफ.आर.एस. असलेल्या व्यक्तीला तुम्ही फेलोशिप नाकारलीत, तर बाहेरच्या जगात अक्षरशः खळबळ उडेल.' लिटिलवूडच्या या युक्तिवादाने चोख काम केलं आणि रामानुजनना ट्रिनिटीची फेलोशिप मंजूर झाली. पुढची सहा वर्षं त्यांचा केंब्रिजचा खर्च ट्रिनिटी देणार होतं. त्यांना हवा तेवढा रिसर्च करता येणार होता आणि ट्रिनिटीची दारं त्यांच्यासाठी कायम खुली राहणार होती. ही बातमी कळल्यावर रामानुजनना आनंदाने गहिवरून आलं. हार्डी आणि लिटिलवूड यांनी केलेल्या प्रयत्नांना कोणत्या शब्दांत दाद द्यावी, हेच त्यांना समजत नव्हतं. त्या दरम्यान आणखी एक चांगली गोष्ट झाली. मेटलॉक हॉस्पिटलने रामानुजनना डिस्चार्ज द्यायचं ठरवलं. आता रामानुजनना लंडनला जाण्याची घाई झाली होती. त्यांनी हार्डींना पत्र लिहिलं. 'लंडनमध्ये हव्या त्या भाज्या, दूध आणि फळं

मिळतील. वरचेवर इतरांच्या भेटीगाठी होतील. त्यामुळे मला लंडनमध्ये येऊन राहायचं आहे', असं त्यांनी पत्रात म्हटलं होतं. गंमत म्हणजे, इतकंच लिहून रामानुजन थांबले नव्हते, तर त्यांनी त्या पत्रात 'सम प्रॉपर्टीज ऑफ पी (एन) ऑफ पार्टीशन्स ऑफ एन' या नावाने त्यांचं संशोधन लिहिलं होतं. आधी एफ. आर. एस आणि मग ट्रिनिटीची फेलोशिप मिळाल्यामुळे रामानुजनना मनातून खूप बरं वाटलं होतं. त्यामुळे कामासाठी त्यांच्यात पुन्हा नवा उत्साह संचारला होता. किंबहुना त्यानंतरच्या काही दिवसांत त्यांनी आधीपेक्षा जास्त चांगलं काम केलं. वेगवेगळ्या प्रतिष्ठित सोसायटींमध्ये त्यांचे पेपर्स वाचून दाखवले गेले. नोव्हेंबरच्या सुरुवातीला आणखी एक चांगली घटना घडली. युद्ध पूर्णपणे थांबलं.

आता रामानुजनची तब्येत खूपच सुधारली होती. त्यांचं वजनही थोडं वाढलं होतं. रक्तात झालेल्या विषबाधेमुळे ते आजारी पडले होते, पण आता सगळा संसर्ग बरा झाला असल्याचं डॉक्टरनी सांगितलं होतं. युद्ध थांबल्यामुळे प्रवासाचे मार्ग खुले झाले होते. इंग्लंडमध्ये गेल्यापासून चार वर्षांत त्यांचे महत्त्वाचे वीस पेपर्स प्रकाशित झाले होते. त्यांना ट्रिनिटी आणि रॉयल सोसायटीची फेलोशिप मिळाली होती. जे काही मिळवण्यासाठी, सिद्ध करण्यासाठी रामानुजन इंग्लंडमध्ये आले होते, ते जवळपास पूर्ण झालं होतं! २६ नोव्हेंबर १९१८ रोजी हार्डींनी मद्रासला, फ्रान्सिस ड्यूजबरी यांना पत्र लिहायला घेतलं. ते लिहितात, 'रामानुजनना आता परत भारतामध्ये येण्याचा विचार करायला हरकत नाही.'

अंधूक आशा

''किती कंटाळवाणा आकडा आहे हा १७२९! निराशाजनक म्हटलंस, तरी चालेल.'' हार्डी वैतागून म्हणाले, ''एखाद्या अपशकुनासारखा वाटतोय मला हा आकडा.''

''नाही हार्डी, हा खूप इंटरेस्टिंग आकडा आहे.'' असं म्हणत रामानुजननी हार्डींना त्या आकड्यातली गंमत उलगडून दाखवली. १७२९ ही संख्या पॉझिटिव्ह संख्यांच्या घनाची बेरीज असल्याचं रामानुजननी हार्डींच्या नजरेला आणून दिलं. तसंच या आकड्यापर्यंत घेऊन जाणाऱ्या पॉझिटिव्ह संख्यांच्या घनाच्या दोन जोड्याही त्यांनी दाखवल्या. म्हणजे : १७२९ = १^३ + १२^३ = ९^३ + १०^३ शिवाय या आकड्याची आणखीही एक गंमत रामानुजननी सांगितली. ती म्हणजे, १७२९ ही दोन संख्यांच्या घनाच्या बेरजेच्या जोडीतून येणारी लहानात लहान संख्या आहे.

मेटलॉक हॉस्पिटलमधून डिस्चार्ज मिळाल्यानंतर लंडनच्या अगदी मध्यभागी असलेल्या फिट्झरॉय स्केअर इथे रामानुजन राहायला आले होते. तिथेही ते एका हॉस्पिटलमध्येच राहत होते. त्यांची तब्येत बरी असली, तरी ते पूर्णपणे निरोगी झाले नव्हते. सारख्या आजारपणांमुळे ते फार बारीक झाले होते. शिवाय त्यांना अधूनमधून सारखा ताप यायचा. असह्य होईल इतकं पोटात दुखायचं. लंडनमध्ये परत आल्यावरही त्यांनी बऱ्याच डॉक्टरना दाखवलं

होतं, पण ताप आणि पोटदुखीचं निदान कुणालाच करता येत नव्हतं. दिवसातला बहुतेक वेळ ते बिछान्यावरच पडून असायचे. अर्थात, आजारपण किंवा बिछान्यावर खिळून असले, तरी त्यांची बुद्धी मात्र तितकीच तल्लख होती. रामानुजनना भेटण्यासाठी लंडनहून येत असताना हार्डींनी एका टॅक्सीवर १७२९ हा आकडा पाहिला होता. एक गणिती असल्यामुळे आकडे पाहिल्यानंतर नेहमीच्या सवयीने त्यांच्या डोक्यात आकड्यांचा खेळ सुरू झाला. १७२९ हा आकडा खूप कंटाळवाणा वाटल्याचं त्यांनी रामानुजनना सांगितल्यावर, तो आकडा इंटरेस्टिंग असल्याचं रामानुजननी हार्डींना एका क्षणात उलगडून सांगितलं. हार्डी आणि रामानुजनच्या भेटीतला हा किस्सा तर प्रसिद्ध आहेच, शिवाय हा आकडाही 'रामानुजन-हार्डी नंबर' म्हणून ओळखला जातो.

रामानुजन आजारी असले, तरी हार्डींचा मद्रास विद्यापीठाशी पत्रव्यवहार सुरू होता. त्यातून रामानुजनना एक आनंदाची बातमी समजली. रामानुजनना एफ. आर. एस आणि ट्रिनिटीची फेलोशिप मिळाल्यानंतर मद्रास विद्यापीठाने त्यांना प्रोफेसरचं पद देऊ केलं होतं, तसंच भारत सोडताना त्यांचा जितका पगार होता, त्याच्या सहा पट, म्हणजे ४०० रुपये पगार मंजूर केला होता. शिवाय, १९१८च्या डिसेंबरमध्ये त्यांना दर वर्षाला १५० पौंडाची स्कॉलरशिप मंजूर झाली होती. ही रक्कम जवळजवळ ट्रिनिटीने दिलेल्या फेलोशिपइतकीच होती. यामुळे रामानुजनना सहा वर्षं स्कॉलरशिप आणि दरम्यान कामासाठी इंग्लंडला जाण्याची परवानगी मिळणार होती. या बातमीने रामानुजनना विलक्षण आनंद झाला. कारण ही स्कॉलरशिप म्हणजे त्यांच्या देशाने, त्यांच्या गावाने त्यांच्या

बुद्धिमत्तेला दिलेली मान्यता होती. एके काळी शाळा सोडताना मिळालेली स्कॉलरशिप कॉलेजमध्ये गेल्यानंतर काढून घेण्यात आली होती. त्यामुळे मद्रास विद्यापीठाने दिलेल्या या स्कॉलरशिपचं मोल त्यांच्यासाठी खूप जास्त होतं.

दरम्यान रामानुजनचे मित्रही त्यांना भारतात परत येण्याचा आग्रह करायला लागले होते. इंग्लंडमध्ये जे काही मिळवायचं होतं, ते मिळवून झालेलं होतं. आतातर भारतातही त्यांच्या कामाची दखल घेतली गेली होती. त्यामुळे तिथे जाऊन पैशांची चिंता न करता त्यांना त्यांचं काम सुरू ठेवता येणार होतं. तसंच तब्येत थोडी स्थिर असल्यामुळे त्यांना प्रवास करणंही शक्य होतं. आता रामानुजननी परत जावं, असं हार्डींनाही वाटत होतं. त्यांची तब्येत बरी होती म्हणून की तब्येत आणखी बरी होऊ शकणार नसल्याचा त्यांना अंदाज आला होता म्हणून, याचं उत्तर फक्त हार्डींनाच ठाऊक होतं.

मग रामानुजननीही भारतात जाण्याचं मनावर घेतलं आणि तयारी सुरू केली. जवळपास महिन्याभराने ते पासपोर्टच्या फोटोसाठी उभे राहिले. पाच वर्षांत त्यांच्यात केवढातरी बदल झाला होता! इंग्लंडला येताना जाडजूड, तरतरीत, डोळ्यात तेज असलेले रामानुजन परत जाताना ओळखू न येण्याइतपत बदलले होते. प्रवासाची तयारी करता करताच त्यांनी लंडन मॅथमॅटिकल सोसायटीसाठी दोन पेपर्सही लिहिले. घरच्यांसाठी किरकोळ खरेदी करून १९१९मध्ये ते भारतात जाणाऱ्या नायोगा बोटीवर चढले. आता परत इंग्लंडला येण्याचा योग नव्हता, याचा अंदाज रामानुजनना आला होता.

अखेरच्या श्वासापर्यंत गणित

"असं जेवण इंग्लंडमध्ये मिळालं असतं, तर मी कधीच आजारी पडलो नसतो..." पाच वर्षांनंतर रामानुजन आवडत्या रस्सम-भात आणि दह्यावर ताव मारत होते. इंग्लंडमध्ये असताना आजारपणात आणि त्याही आधी भारतीय चवीचं जेवण त्यांना कधीच मिळालं नव्हतं.

२७ मार्च १९१९ या दिवशी रामानुजन मुंबईत पोहोचले. पाच वर्षांच्या काळानंतर पहिल्यांदाच ते स्वत:च्या देशात, स्वत:च्या माणसांत परत आले होते. आई कोमलताम्मल आणि भाऊ लक्ष्मीनरसिंहासन त्यांना घ्यायला आले होते. अशक्त रामानुजनना पाहून आईचं मन हेलावलं. कधी एकदा घरी जातो, असं रामानुजनना झालं होतं. मात्र आईला त्यांना घेऊन रामेश्वरमला जायचं होतं. रामेश्वरमच्या नदीत रामानुजनना आंघोळ करायला लावून सात समुद्र ओलांडून जाण्याचं 'पाप' धुऊन काढण्याचं तिच्या मनात होतं. त्याशिवाय समाज आणि विशेषत: नातेवाईक त्यांना स्वत:त सामावून घेणार नसल्याची तिला भीती वाटत होती. मात्र आयुष्यात पहिल्यांदाच रामानुजननी आईचं ऐकायला नकार दिला. आधीच आजारपण आणि त्यात बोटीच्या प्रवासामुळे ते खूप थकले होते. त्यांना घरी जाऊन विश्रांती घ्यायची होती.

रामानुजन भारतात परतणार असल्याची बातमी ते येण्याच्या

आधीपासूनच मद्रासमध्ये पसरली होती. त्यांच्याबद्दल सगळ्यांनाच खूप उत्सुकता वाटत होती. ते येण्याच्या आधी काही दिवस मद्रासमधल्या सगळ्या वर्तमानपत्राच्या पत्रकारांनी सर फ्रान्सिस ड्यूजबरींच्या ऑफिसमध्ये गर्दी केली होती. प्रत्येकालाच रामानुजनची कहाणी छापायची होती. रामानुजनची हलाखीची परिस्थिती, त्यांचं गणितप्रेम, संशोधन, नोकरी, स्कॉलरशिप, विद्वत्ता असं सगळंकाही वर्तमानपत्रांमध्ये छापून यायला लागलं. रामानुजन ज्या कॉलेजमध्ये शिकले (!), त्या प्रेसिडेन्सी कॉलेजमध्येही फक्त रामानुजनच्या नावाचीच चर्चा होती.

रामानुजन भारतात आले, तेव्हाही त्यांची तब्येत फारशी बरी नव्हती. उलट प्रवासामुळे ती आणखीनच बिघडलेली होती. त्यात त्यांना भेटायला येणाऱ्यांची रीघ लागली होती. शेवटी डॉक्टरनी त्यांना एखाद्या निवांत ठिकाणी राहायला जायला सांगितलं. तरुणपणी ट्रिप्लीकेन, जॉर्ज टाउनच्या कोंदट, दाटीवाटीच्या गल्लीत राहणारे रामानुजन आता मद्रासच्या मध्यात वसलेल्या, सुसंस्कृत म्हटल्या जाणाऱ्या, डॉक्टर-वकील अशा श्रीमंतांच्या वस्तीत, नारळी-पोफळीच्या बंगल्यात राहायला आले. त्यांचे पुढचे काही दिवस भारतातल्या हवेत रुळण्यात गेले. इंग्लंडच्या थंडीनंतर मद्रासच्या जीवघेण्या उकाड्यात त्यांची तब्येत आणखीनच बिघडायला लागली. त्यामुळे थोड्याच दिवसांत सगळे परत कोमलताम्मलच्या माहेरच्या गावाजवळ, कोडुमुडीमध्ये राहायला गेले. जुन्या आठवणी, ओळखीचं वातावरण, लहानपणीचे दिवस आठवत रामानुजन कोडुमुडीमध्ये राहण्याचा प्रयत्न करत होते. मात्र त्यांच्या तब्येतीत

खास सुधारणा होत नव्हती. रामानुजन भारतात परतले, तरी तिकडे हार्डींना त्यांच्या तब्येतीची काळजी वाटत होती. शेवटी त्यांनी मद्रासमधल्या काही अधिकाऱ्यांशी संपर्क साधून पी. एस. चंद्रशेखर अय्यर हे टीबी स्पेशालिस्ट डॉक्टर रामानुजनसाठी पाठवले. रामानुजन यांचा लहानपणीचा मित्र सारंगपाणी डॉ. अय्यरना घेऊन आला. रामानुजनना तपासल्यानंतर डॉक्टर काही बोलण्याआधीच रामानुजन म्हणाले, ''तुमच्या सगळ्यांपेक्षाही माझ्यावर जास्त प्रेम करणारा एक मित्र आहे आणि तो मला सोडून जायला तयार होत नाही.'' डॉक्टर आणि सारंगपाणीचा प्रश्नार्थक चेहरा पाहून रामानुजन हसून म्हणाले, ''तो मित्र म्हणजे टीबी!''

भारतात परत येताना 'आपण नक्की बरे होऊ' असा रामानुजनना विश्वास होता. मात्र हळूहळू त्यांच्या आशा मावळायला लागल्या होत्या. त्यांची स्थिती पाहून डॉ. अय्यर चरकले होते. इंग्लंडच्या हॉस्पिटलमध्ये रामानुजनच्या टीबीवर योग्य उपचार झाले नसल्यानेच त्यांचा आजार बळावला असल्याचं डॉक्टरांचं ठाम मत होतं. त्यानंतर इंग्लंडप्रमाणे भारतातही वेगवेगळे डॉक्टर्स आणि त्यांचं निदान यांची मालिका सुरू झाली. मात्र डॉ. अय्यर यांनी बरीच समजूत घातल्यावर आणखी थंड हवा असलेल्या ठिकाणी - कुडसिया इथे राहायला जाण्यासाठी रामानुजन तयार झाले.

कुडसियामध्ये जाईपर्यंत रामानुजनना भारतात येऊन जवळजवळ वर्ष झालं होतं आणि इतक्या दिवसांत त्यांनी हार्डींना एकही पत्र लिहिलेलं नव्हतं. अखेरीस एक दिवस त्यांनी पत्र लिहायला घेतलं आणि त्यांची प्रकृती अतिशय ढासळलेली

असूनसुद्धा ते पत्र गणितातल्या संशोधनाचा एक उत्कृष्ट नमुना ठरलं. मॉक थिटा फंक्शन्सवर रामानुजननी केलेलं संशोधन त्या पत्रात लिहिलं होतं. सात वर्षांपूर्वी, इंग्लंडमध्ये जाण्याआधी हार्डींना पाठवलेल्या पत्राइतकंच त्यांचं हेही पत्र अजोड आणि भारावून टाकणारं होतं. फक्त तेच पत्र नव्हे, तर त्यापुढच्या काही महिन्यांत रामानुजननी केलेलं संशोधन, मांडलेले सिद्धान्त त्यांच्या कारकीर्दीतले सर्वोत्तम मानले जातात. टीबीमुळे ते अंथरुणाला खिळून होते, त्यांचं शरीर खूप अशक्त झालं होतं, मात्र मन आणि बुद्धी आधीपेक्षा जास्त प्रखर, तेजस्वी झाली होती. तरुणपणात त्यांनी जशा वह्या तयार केल्या होत्या, तशाच वह्या त्यांनी या काळात तयार केल्या. त्यांच्या मनाची ती शक्ती, कोणत्याही परिस्थितीत कधीच न सोडलेली गणिताची साथच त्यांना या वाईट आजारातून बाहेर काढू शकेल, अशी आशा घरच्यांना वाटायला लागली होती. जानेवारी महिन्यात रामानुजननी हार्डींना मॉक थिटा फंक्शन्सवरचं त्यांचं काम लिहून पाठवलं होतं आणि एखाद्या गणिताच्या जर्नलमध्ये पुढच्या महिन्यात त्यावर तपशीलवार लिहिण्याची इच्छा व्यक्त केली होती. आजारातून उठल्यानंतर विद्यापीठाने देऊ केलेली प्रोफेसरची नोकरी स्वीकारण्याचा विचारही त्यांनी त्यांच्या मित्रांना बोलून दाखवला होता. मात्र त्यांची तब्येत यापैकी कशालाच साथ देऊ शकली नाही. लहानपणापासूनच रामानुजनचा स्वप्नांवर खूप विश्वास होता. भारतात आल्यापासून त्यांना खूप विचित्र स्वप्नं पडत होती. त्या स्वप्नांमुळे ते आणखीनच नकारात्मक झाले होते. 'आपण आता जगणार नाही', याची त्यांना हळूहळू खात्री व्हायला लागली होती.

प्रचंड ताप आणि वेदनांमुळे ते खूप चिडचिडे झाले होते. घरी भेटायला आलेल्या कुणाशीच ते बोलत नसत. विशेष म्हणजे, त्या परिस्थितीतही त्यांनी पाटीवरची आकडेमोड थांबवलेली नव्हती. जानकी त्यांना एकावर एक उशा रचून टेकून बसवत असे आणि हातात पाटी देत असे. मग ते दिवस-रात्र पेन्सिलीने पाटीवर आकडेमोड करत असत. आधी पाटीवर आकडेमोड करून ती आकडेमोड ते कागदांवर लिहून काढत. नंतर जानकी त्यांचे सगळे कागद एकत्र करून इंग्लंडमधून आणलेल्या लेदरच्या एका पेटीत ठेवून देत असे. एकदा सलग चार दिवस ते सारखे आकडेमोड करत होते. थांबायचं नावच घेत नव्हते. चौथ्या दिवसानंतर, २६ एप्रिल १९१९ला त्यांची पाटीवरची आकडेमोड थांबली, ती कायमचीच!

अनंत काळचा गणिती

रामानुजनच्या प्रमेयांसारखंच त्यांचं आयुष्यही दोन-चार ओळींत संपलं. मात्र स्वतःला सिद्ध करण्यासाठी आयुष्यभर झगडणाऱ्या रामानुजनचा संघर्ष मृत्यूनंतरही संपला नाही. रामानुजन धर्माच्या विरुद्ध समुद्र ओलांडून गेले होते. परत आल्यावरही आजारी असल्यामुळे त्यांनी रामेश्वरमला जाऊन 'शुद्धीकरण' करून घेतलं नव्हतं. त्यामुळे त्यांचे कर्मठ नातेवाईक त्यांच्या अंत्यसंस्काराला आले नाहीत. रामचंद्र राव, रामानुजनचा लहानपणीचा मित्र राजगोपालचारी यांनीच त्यांना अग्नी दिला आणि रजिस्ट्रेशन नंबर २२८ असलेल्या एका कारकुनाच्या मृत्यूची दुसऱ्या दिवशी सरकारी खात्यात नोंद झाली.

जेमतेम चाळीस वर्षांचं आयुष्य लाभलेले श्रीनिवास रामानुजन म्हणजे एक अजब रसायन होतं. त्यांना समजून घेणं फार कमी जणांना जमलं. त्यांचा स्वभाव खूप साधा, सरळ तितकाच मृदू होता. गणिताच्या क्लिष्ट जगात वावरणारा त्यांच्यासारखा गंभीर माणूस खरंतर उत्तम विनोदही करायचा, हे फार कमी जणांना माहीत असेल.

शाळेत असताना गणिताचं वेड लागल्यानंतर जणू त्यांच्या संशोधनाला सुरुवातच झाली होती. कारण त्या वयातही त्यांनी बरेच शोध लावले होते. मात्र दुर्दैवाने त्यातले बरेचसे शोध आधीच

लावले गेले होते. त्या काळात एकूणच माहितीच्या देवाण-घेवाणीचा आवाका कमी होता. त्यामुळे त्यांच्या आयुष्यातला बराचसा काळ पूर्वीच लागलेले अनेक शोध नव्याने लावण्यात गेला. खरंतर त्यांच्यासारख्या थोर गणितीवर काळाने एक प्रकारे केलेला हा अन्यायच म्हणावा लागेल.

अनेक अडचणींवर मात करत रामानुजन इंग्लंडमधल्या केंब्रिजसारख्या प्रतिष्ठित कॉलेजमध्ये गेले. तिथे गेल्यानंतर त्यांच्या संशोधनाला आणखी धार आली. गणितात जोमाने काम करण्यासाठी त्यांना नवी ऊर्जा, नवी प्रेरणा मिळाली; मात्र अडचणींनी तिथेही त्यांची पाठ सोडली नाही. त्यांची कारकीर्द बहरत असतानाच आधी महायुद्ध आणि नंतर आजारपणामुळे त्यांच्या प्रगतीला खीळ बसली. आधीपासूनच खूप संवेदनशील असलेला त्यांचा स्वभाव आजारपणात आणखीनच संवेदनशील झाला. इंग्लंडच्या त्या थंडगार हॉस्पिटलमध्ये, अर्धपोटी आणि २४ तास एकट्याने राहत असताना त्यांनी आत्महत्येचा प्रयत्नही केला, पण सुदैवाने ते वाचले. इंग्लंडच्या डॉक्टरना रामानुजनच्या आजाराचं नीट निदान झालं नाही, असंही म्हणतात. तसं झालं असतं, तर गणिताच्या क्षेत्रात त्यांनी नक्कीच आणखी भरीव कामगिरी केली असती. एक मात्र नक्की, त्या काळातल्या धर्माच्या पगड्याचा, अंधश्रद्धांचा, धार्मिक रीती-रिवाजांचा आणि गैरसमजांचा रामानुजन बळी ठरले. त्यामुळे प्रतिभा असूनही रामानुजनच्या चुकीच्या धार्मिक समजुतींमुळे एक प्रकारे गणित विश्वाच्या भरभराटीलाच जणू खीळ बसली.

रामानुजनची प्रतिभा, त्यांचं गणिती कौशल्य हा आजही

जगभरातल्या गणितप्रेमींपासून संशोधकांपर्यंतचा चर्चेचा विषय आहे. त्यांची प्रतिभा कोड्यात टाकणारी होती. रामानुजन स्वतः खूप धार्मिक होते. ते त्यांच्या प्रतिभेचं सगळं श्रेय कुलदेवी नमगिरीला द्यायचे. एखादं प्रमेयं पायऱ्यांनी सिद्ध करण्याआधीच त्यांना ते नैसर्गिकरीत्या माहीत असायचं. त्यामुळे 'रामानुजनमध्ये गणिती दृष्टिकोन नाही', अशी टीकाही त्यांच्यावर वारंवार झाली. मात्र हार्डींपासून ते रामानुजनच्या गणितावर संशोधन करणाऱ्या ब्रुस बर्न्टपर्यंत सगळ्यांनी ही समजूत खोडून काढली आहे. कुणी काहीही म्हटलं किंवा स्वतः रामानुजननीही त्यांच्या कामाचं श्रेय अध्यात्मिक शक्तीला दिलं, तरी ते अतिशय बुद्धिमान, काळाच्या खूप पुढचे गणिती होते, यात काहीच शंका नव्हती, असं या सर्व गणितींचं मत होतं.

रामानुजनमध्ये गणित पुरेपूर भिनलं होतं. गणिताकडे किंबहुना आकड्यांकडे पाहण्याचा त्यांचा दृष्टिकोन इतरांपेक्षा खूप वेगळा होता. प्रसिद्ध हार्डी-रामानुजन नंबर याचीच साक्ष देतो. त्यांचं काम समजायला खूप अवघड मानलं जात असलं, तरी काही अतिशय सोप्या पद्धती विकसित करून त्यांनी गणितविश्वाला खूप मोठी देणगी दिली. उदा. त्यांचं एक महत्त्वाचं संशोधन म्हणजे, कोणत्याही संख्येचं किती प्रकारे वभिाजन करता येऊ शकेल, याची संख्या काढता येणं. उदा. 'पाच' या संख्येच्या एकूण विभाजनांची संख्या सात आहे. ५, ४ + १, ३ + २, २ + २+ १, २+१+१+१, १ +१+१+१+१ इत्यादी. २०० या संख्येचं एकूण ३९७२९९२०२९३८८ प्रकारे विभाजन करता येऊ शकतं.

रामानुजनचं हे सूत्र वापरून कोणत्याही संख्येच्या विभाजनांची संख्या काढता येते. मध्यंतरी भौतिक शास्त्रात सुपरस्ट्रिंग थिअरीसाठी या सूत्राचा खूप उपयोग झाला. रामानुजननी पायचं (π) जास्तीत जास्त अचूक मूल्य शोधण्याचं सूत्र शोधलं होतं. आता कम्प्युटरच्या मदतीने पायच्या दशांशाचं लाखावं स्थान मिळवण्यासाठीही हे सूत्र उपयोगी ठरलं आहे. एखादा सुपरकम्प्युटर किती कमी वेळात पायचं दशांश मूल्य शोधू शकतो, हा आज कम्प्युटरची क्षमता मोजण्याच्या निकषांमधला एक निकष आहे. शंभर वर्षांपूर्वी जन्मलेल्या, गणिताचं रीतसर शिक्षणही न घेतलेल्या माणसाने लावलेले हे शोध अतिशय आधुनिक असल्यामुळे रामानुजनची प्रमेयं सोडवण्याचा प्रयत्न आजही जगभरातले गणिती करत असतात.

रामानुजनच्या अचाट कामांमधलं गणिती जगाला आजही बुचकळ्यात टाकणारं काम म्हणजे मॉक थिटा फंक्शन्समध्ये त्यांनी केलेलं संशोधन! गंमत म्हणजे, इंग्लंडमधून भारतात परतल्यानंतर आजारी असताना, पलंगावर पडल्या पडल्या त्यांनी हे काम केलेलं आहे. मॉक थिटा फंक्शन्सवरची प्रमेयं त्यांनी पत्रातून हार्डींना कळवली आणि स्वत:कडेही लिहून ठेवली. ही मॉक थिटा फंक्शन्स नंतर रामानुजनच्या 'हरवेल्या वहीत' सापडली. या मॉक थिटा फंक्शन्सइतकीच त्यांच्या हरवलेल्या वहीची गोष्टही प्रसिद्ध आहे.

रामानुजनच्या मृत्यूनंतर जानकीने त्यांच्या सगळ्या वह्या मद्रास विद्यापीठाला देऊन टाकल्या. १९२३मध्ये विद्यापीठाचे रजिस्टार फ्रान्सिस ड्यूजबरी यांनी त्यातलं बरंचंस साहित्य हार्डींकडे पाठवून दिलं. मॉक थिटा फंक्शन्स लिहिलेली ही वहीही कदाचित त्यामध्येच

होती. रामानुजनच्या प्रमेयांवर संशोधन करणाऱ्या जी. एन. वॉटसनना १९३४ ते १९४७च्या दरम्यान कधीतरी हार्डींनी रामानुजनची ती हस्तलिखितं दिली. १९६५मध्ये, वॉटसनच्या मृत्यूनंतर जे. एम. व्हिटेकर यांनी वॉटसनच्या कामाचे अस्ताव्यस्त पसरलेले कागद आवरायला घेतले आणि त्यात त्यांना रामानुजनची ही वही सापडली. खरंतर ती वही अशी नव्हतीच, तर तो काही सुट्या कागदांचा गठ्ठा होता. २६ डिसेंबर १९६८ला व्हिटेकरनी ते कागद ट्रिनिटी कॉलेजच्या ग्रंथालयाला दिले. पुढे थेट १९७६मध्ये जॉर्ज अँड्रूज यांना ट्रिनिटीमध्येच ती वही सापडली. त्याहीनंतर, म्हणजे २२ डिसेंबर १९८७मध्ये त्या वहीचं प्रकाशन झालं आणि जवळपास ७० वर्षांनंतर रामानुजनचं काम परत एकदा चर्चेत आलं.

अंदाजे शंभर-सव्वाशे पानांच्या त्या वहीत रामानुजननी ६०० प्रमेयं लिहिली होती, मात्र कशाच्याही पायऱ्या दिल्या नव्हत्या. विस्कॉन्सिन कॉलेजचे डॉ. रिचर्ड आस्की त्या प्रमेयांबद्दल म्हणतात, ''मृत्युशय्येवर पडल्या पडल्या वर्षभरात रामानुजननी केलेलं काम आज जगभरातल्या कित्येक गणितींसाठी आयुष्यभराची कामगिरी झालं आहे. अशा अवस्थेत त्यांनी लावलेले शोध थक्क करणारे आहेतच, पण अशा अवस्थेत त्यांनी ते लिहिल्याचा मला जास्त अचंबा वाटतो. एरवी एखाद्या कादंबरीत कुणी असं लिहिलं असतं, तरी त्यावर विश्वास बसला नसता.''

मृत्युशय्येवर असताना रामानुजननी हार्डींना पाठवलेल्या पत्रात एक प्रमेय दिलं होतं आणि अर्थातच त्याच्या पायऱ्या दिलेल्या नव्हत्या. देवी नमगिरीने स्वप्नात येऊन त्यांना हे प्रमेय सांगितल्याचं

त्यांनी पत्रात लिहिलं होतं. त्यानंतर काही काळातच रामानुजन वारल्यामुळे ते प्रमेय तसंच राहिलं. जगभरातल्या कित्येक गणितींना ते प्रमेय सोडवणं जमलं नाही. बऱ्याच वर्षांनी, योगायोगाने त्यांच्या जन्मशताब्दीच्या वर्षातच एमरॉय विद्यापीठातले शिक्षक केन ओनो आणि त्यांच्या टीमला रामानुजनचं ते प्रमेय सोडवण्यात यश मिळालं. अनेक वर्षं त्यांचं हे प्रमेय सुटत नसल्यामुळे ते बरोबर होतं की नव्हतं, यावरही शंका घेतल्या जात होत्या. मात्र ओनोंच्या टीमने त्या खोट्या ठरवल्या. गणितातल्या आधुनिक पद्धतींच्या मदतीने ओनोंच्या टीमने हे प्रमेय सोडवलं. ओनो सांगतात, ''रामानुजनचं हे प्रमेय आणि त्याच्याशी संबंधित काम आपल्याला वाटत होतं, त्याहीपेक्षा खूप महत्त्वाचं निघालं, कारण थक्क करणारी गोष्ट म्हणजे, हे प्रमेय कृष्णविवरांचं रहस्य सोडवायला मदत करू शकणारं आहे. रामानुजननी १९२०मध्ये ते लिहिलं, तेव्हा कृष्णविवरांच्या संकल्पनेचाही शोध लागला नव्हता.''

रामानुजनचं काम पाहून थक्क होणारे ओनो काही पहिले आधुनिक गणिती नाहीत. अगदी हार्डीपासून आजपर्यंतच्या गणितज्ज्ञांपर्यंत सगळ्यांना रामानुजनच्या बुद्धीने आश्चर्यचकित केलं आहे. त्यांची कित्येक प्रमेयं आजही सुटलेली नाहीत. त्यामुळे उद्या गणित आणि विज्ञान आणखी पुढे गेल्यानंतर नव्या संकल्पना उदयाला येतील, तेव्हाही त्यांचे काही धागे रामानुजनच्या जीर्ण पानांत, खडबडीत हस्ताक्षरांत लिहून ठेवलेल्या प्रमेयांमध्ये सापडले, तर आश्चर्य वाटायला नको!